हेल मेट्स

डॉ. नंदकुमार उकडगावकर

मेहता पब्लिशिंग हाऊस

Please contact us at **Mehta Publishing House,** Pune 411030.
✆ +91 020-24476924 / 24460313 / Mob. No. 9545000513
Email : production@mehtapublishinghouse.com
Website : www.mehtapublishinghouse.com

- *या पुस्तकातील लेखकाची मते, घटना, वर्णने ही त्या लेखकाची असून त्याच्याशी प्रकाशक सहमत असतीलच असे नाही.*

HELL MATES by Dr. NANDKUMAR UKADGAONKAR

हेल मेट्स : डॉ. नंदकुमार उकडगावकर / विनोदी ललित लेखसंग्रह

Email : author@mehtapublishinghouse.com

मराठी पुस्तक प्रकाशनाचे हक्क : मेहता पब्लिशिंग हाऊस, पुणे.

प्रकाशक : सुनील अनिल मेहता, मेहता पब्लिशिंग हाऊस,
१९४१ सदाशिव पेठ, माडीवाले कॉलनी, पुणे – ३०.

मुद्रक : ट्रिनिटी अॅकॅडमी फॉर कॉर्पोरेट ट्रेनिंग लिमिटेड,
नऱ्हे इंडस्ट्रिअल एरिया, झील कॉलेज रोड, नऱ्हे, पुणे – ४१.

मुखपृष्ठ : सतीश भावसार

प्रथमावृत्ती : ऑक्टोबर, २०१९

किंमत : ₹ १८०

P Book ISBN 9789353173449
E Book ISBN 9789353173456
E Books available on : amazonkindle Apple Books Google Play Books

---

माझ्या आयुष्यात सदैव सावलीसारखी सोबत करणाऱ्या
प्रिय सुषमास...
(रंगाने मीच जिच्या सावलीसारखा आहे!)

प्रस्तावना

मी कधीकाळी पुस्तक लिहीन असं माझ्या ध्यानीमनीही नव्हतं. शाळेत असताना मी निबंध छान लिहायचो व त्याचं सरांकडून कौतुकही व्हायचं. नंतर माझ्या मेंदूविकार रुग्णालयात मी बरीच वर्षं संपूर्ण गुरफटलेला होतो. आता आयुष्याच्या उत्तरार्धात थोडी उसंत मिळाल्याने हा लेखनप्रपंच करता आला. मी आमच्या सरस्वती भुवन शिक्षण संस्थेच्या माजी विद्यार्थी संघटनेचा चिटणीस आहे. या संघटनेच्या उद्घाटनानिमित्त आम्ही माजी विद्यार्थ्यांची माजी शिक्षकांबरोबर शाळा भरवली होती. या प्रसंगाचं मी तिखटमीठ लावून केलेलं वर्णन आमच्या वॉट्सॲप ग्रुपवर टाकलं होतं. त्यास मिळालेल्या प्रतिसादामुळे मला प्रोत्साहन मिळालं. नंतर मी आमच्या शाळेबद्दल व शिक्षकांबद्दल काही आठवणी लिहिल्या. त्यांना लावलेला मसाला सर्वांना फार भावला. लेख लिहिताना माझे बरेच हुशार(!) मित्र माझ्या नजरेसमोर होते. पण त्यांचा नामोल्लेख केलेला त्यांना रुचला नसता. म्हणून मी मला त्यांच्या जागी कल्पून त्यांच्या हुशारीचे किस्से त्यात टाकले. त्यामुळे हे माझं आत्मचरित्र असल्याचा भास निर्माण होतोय. पण माझी शैक्षणिक कारकीर्द याच्या अगदी विरुद्ध होती. सर्वसाधारणपणे माझ्या स्वस्तुतीपेक्षा माझी क्षणोक्षणी उडणारी भंबेरी लोकांना जास्त आवडेल, असं मला वाटलं. मी माझी स्तुती केली तर ते वाचनीय ठरणार नाही, त्यापेक्षा ढ विद्यार्थ्याच्या आत्मकथनात सर्वांना जास्त रस वाटेल असं वाटून मी 'माझं पाषाणयुग', 'माझं पाठ्यपुस्तक' हे लेख लिहिले. सवंगडी, हेल मेट्समध्ये माझ्या मित्रांची वर्णनं आहेत. चिं. वि. जोशींचं 'ओसाडवाडीचे

देव' वाचल्यापासून मला देवांच्या काल्पनिक मॅचबद्दल लिहायचं होतं. म्हणून 'देव-दानव टी ट्वेन्टी मॅच' कागदावर उतरली. माझ्या कौटुंबिक घटनांमुळे माझा वाढदिवस, आजोबांचा जन्मदिवस व दोन लग्नांची एकच गोष्ट या लेखांची कल्पना सुचली. कृष्णायन, वैद्यकीय महाविद्यालय, माझी मास्तरकी व किस्सा एम. डी.चा यात नमूद केलेल्या बऱ्याच घटना सत्य असल्याने, हे लेख आत्मचरित्राच्या जवळपास जाणारे आहेत. 'यम प्रॅक्टिस' हा लेख संपूर्ण काल्पनिक आहे. 'सूर्याचं निधन' हा लेख वेगळ्याच धाटणीचा असून, बाकीच्या लेखांशी त्याची नाळ न जुळणारी आहे. सारांश म्हणजे या पुस्तकात वास्तव व काल्पनिकाची बेमालूम सरमिसळ करण्याचा मी प्रयत्न केला आहे. माझ्या लहानपणच्या घडलेल्या घटनांमध्ये सलमान खान, बिल गेट्स व ह. ना. आपटे यांचा उल्लेख केलेला आहे. त्यामुळे ते एकाच दशकात होते की काय, असा भास निर्माण होतोय. या विसंगतीचं कारण म्हणजे हे सगळे लेख आज लिहिण्यात आले आहेत. नवीन पिढीला समजण्यासाठी त्यांना ज्ञात असलेल्या हल्लीच्या युगातील उदाहरणं वापरण्यात आली आहेत.

या लेखसंग्रहाचं एक वैशिष्ट्य आहे. ते म्हणजे अर्धा शब्द मराठीतला व अर्धा इंग्रजीतला घेऊन काही नवीन शब्द तयार केले आहेत. त्यामुळे उच्चार जरी सारखा असला तरी त्यातून दोन वेगवेगळे अर्थ निघतात. उदा. बायो व matric = बायोमॅट्रीक, sir व कारनामे = सरकारनामे. या शिवाय प्रचलित शब्दांना नवे अर्थ लावण्याचा प्रयत्नही मी केला आहे. उदाहरणार्थ पाठ्यपुस्तक = पाठीवरचा मजकूर, शिरजोर = डोक्याचा जोर. हे नवीन शब्दप्रयोग वाचकांना भावतील अशी माझी अपेक्षा आहे.

हे माझं पहिलं व माझं वय पाहता कदाचित एकमेवच लिखाण ठरण्याची शक्यता आहे. मी माझे लेख फेसबुकवर प्रसिद्ध केल्यावर माझ्या वाचकमित्रांनी भरभरून चांगल्या प्रतिक्रिया दिल्या आहेत. त्यांच्या प्रोत्साहनामुळे मी लेखनाच्या प्रांतात पाऊल टाकण्याचं धारिष्ट्य करत आहे. मेहता प्रकाशनानं माझं पहिलंच लेखन असूनही ते प्रकाशित करण्यास अनपेक्षितपणे हिरवा कंदील दिल्यानं, माझं स्वप्न साकार होतंय. मेहतांनी मला हात दिला (मदतीचा) त्याबाबत त्यांचे मनःपूर्वक आभार! वाचकांनी वेगळा हात देऊ नये म्हणजे मिळवली!

– डॉ. नंदकुमार उकडगावकर

मनोगत

माझे शाळेतील मित्र म्हणजे जीव की प्राण! शालेय जीवनात केलेल्या खोड्यांचे व गमतींचे साक्षीदार. सरांनी केलेल्या सामुदायिक शिक्षांचे वाटेकरी. गोट्या, विटी-दांडू, धप्पाकुट्टी, लपंडावपासून क्रिकेट, टेबल टेनिससारख्या खेळातले साथीदार. 'सरांचा मार खाईन पण खोडी करणाऱ्याचं नाव सांगणार नाही' या बाण्याने झपाटलेले माझे लंगोटीयार. एकमेकांचे सुरक्षाकवच -हेल मेट- बनून राहणारे माझे शाळासोबती. तसेच नरकातही साथ सोडणार नाहीत असे माझे सवंगडी. या अर्थानेही त्यांना हेल मेट्स शिवाय दुसरं योग्य नाव नाही, असं मला वाटलं. आम्ही आता सत्तरीच्या उंबरठ्यावर आहोत. गेल्या चोवीस वर्षांपासून दर वर्षी चार दिवसांची आम्हा मित्रांची कौटुंबिक सहल सहसा कुणी चुकवत नाही. तसंच आम्ही एकमेकाला हजेरीपटातल्या नावानं कधी बोलावल्याचंही आठवत नाही. जशी आम्ही एकमेकांना 'नावं ठेवली' तशीच दुसऱ्यांनाही 'नावं ठेवण्यात' आम्ही पारंगत होतो. एकमेकांच्या सहवासात शाळेत 'घालवलेल्या' दिवसांचे रंग अजूनही स्मृतिपटलावर अगदी ताजे आहेत. शाळेतील स्मृतींबरोबर कॉलेजातील व आयुष्यातील आठवणींचा लेखाजोखा मांडण्याचा माझा हा प्रयत्न आहे. लेखनाचा हा श्रीगणेशा कितपत वाचनीय होईल, अशा साशंक भावनेने वाचकबांधवांसमोर ठेवत आहे.

– डॉ. नंदकुमार उकडगावकर.
मेंदूविकार तज्ज्ञ

अनुक्रमणिका

सवंगडी

माझे शाळासोबती म्हणजे 'सवंगडी.' एकाहून एक इरसाल लेकाचे. सगळेच गडी सवंग आहेत, म्हणून सवंगडी म्हणायचं. माझी बायको म्हणते, प्रत्येकात काही उणं/व्यंग आहे म्हणून सव्यंगडी! आमची बत्तीस जणांची बॅच. बत्तिसे बाईंनी शिकवलेली बॅच. नवीन सर वर्गावर आले की त्यांची बत्तीशी हमखास बसवणारी बॅच. सरांनी प्रश्नाचं उत्तर विचारल्यावर बत्तिशी न उचकटणाऱ्या कारट्यांचा एक समूह. त्यांच्या बऱ्याच भानगडी घरच्यांपेक्षा आम्हालाच जास्त माहिती! आमच्या मैत्रीला १९६२ मध्ये आठवीपासून सुरुवात झाली. वर्गात २६ खविस व सहा मुली. त्या काळी मुलींशी बोलायची सोडा; पण त्यांच्याकडे बघण्याची पण प्राज्ञा नव्हती. लगेच छड्या खाव्या लागत. पूर्वी त्या नुसत्या आमच्या वर्गात होत्या; पण मैत्रिणी ४० वर्षांनी झाल्या. स भु च्या इंग्रजी माध्यमाची आमची दुसरीच बॅच. ६५ मध्ये शालान्त परीक्षेत अनेक विक्रम प्रस्थापित करणारा आमचा वर्ग.

निकाल ९५टक्के. बोर्डात सर्वप्रथम आमचा, मुलींमध्ये सर्वप्रथम आमची सहा हिरे प्रथम श्रेणीत, बाकीची रत्नं द्वितीय वर्गात. वर्गाला दृष्ट लागू नये म्हणून दोन मोती गळाले. आमच्यातले वकील, इंजिनिअर, डॉक्टर, शिक्षक-प्राध्यापक, उद्योजक, व्यापारी, बँकर, शेतकरी इ. वेगवेगळ्या धर्माचे आहेत. पण सर्वांची जात मात्र एकच ती म्हणजे मित्र. आमच्यातल्या पाच जणांनी केव्हाच पुष्पक विमान गाठलंय. काही जणांचं आरक्षण पण झालंय. मी पेशानं डॉक्टर असल्यानं सगळी बुकिंग्ज माझ्यातर्फेच होतात म्हणा! बाकीचे बहुतेक जण १९९३ पासून दर

वर्षी न चुकता चार दिवसांच्या सहलीला- ज्याला आम्ही आनंदोत्सव म्हणतो- जमतात. अमेरिका, बडोदा, अमरावती, पुणे, मुंबईहून गडी येतात. बालपणीची भुतं परत जागी होतात. हरवलेलं बालपण परत चार दिवस जगतात. आमची एक मैत्रीण (मेधा मोहरीर) अमेरिकेहून येते. एका स्वर्गस्थ मित्राची (कै. प्रकाश पाटील) बायको आवर्जून उपस्थित असते. एका मित्राला (प्रकाश वैष्णव) अर्धांगवायू झाला असूनही तो अट्टहासानं हजर असतो. आमचं अनेक कुटुंबांचं एक मोठं कुटुंबच तयार झालं आहे. एकमेकांच्या सुखदुःखात सहभागी होणारं, वेळप्रसंगी मदतीस धावून जाणारं! सध्याच्या फेसबुक व वॉट्सॲपच्या जमान्यात अकृत्रिम मैत्रीच्या धाग्यांनी घट्ट विणलेलं! एकमेकांशी वागताना औपचारिकता यत्किंचितही न बाळगणारं! 'कोण आहेस तू' पेक्षा 'काय होतास तू' ला जास्त महत्त्व देणारं. सर्वांची आर्थिक बाजू फार सशक्त नाही. पण बाकीचे सगळे त्यांना सांभाळून घेतात. आमचा मुख्य उद्देश एकत्र बसून मौजमजा करणं. एका हॉलमध्ये पथाऱ्या पसरून सकाळपर्यंत गप्पा ठोकणं असा असतो. त्यामुळे सर्वांना परवडेल अशा ठिकाणांची निवड केली जाते. मुळशी, महाबळेश्वर, गोवा, भंडारदरा, पानशेत इ. ठिकाणं आमच्या पदस्पर्शानं अपवित्र झाली आहेत. मित्राची एकसष्ठी व चौदाव्याला सारख्याच तत्परतेनं सगळे जमतात. आमची आणखी एक स्पेशालिटी म्हणजे कोणीही एकमेकाला खऱ्या नावानं हाक मारत नाही. आम्ही सगळ्यांचं बारसं परत एकदा टोपण नावं ठेवून साजरं केलेलं आहे. आणखी एकमेकांना नावं ठेवतो ती वेगळीच. उदाहरणार्थ उकड्या, उजळ्या, पिल्या, पद्या. काहींना मानाच्या पदव्या पण आम्ही बहाल केल्या आहेत करोडपती- करोडोंचा पती, बालगंधर्व- गाणी म्हणणारा व अंगावर बाल असलेला, तिसमारक खान- सगळ्या विषयातील मार्कांची टोटल तीस असलेला, इकबाल- डोक्यावर एखादाच केस असलेला, गानकोकिळा- छान गाणं म्हणणारी सावळी मैत्रीण, कोट्यधीश- सारख्या कोट्या करणारा, खोट्याधीश- सारख्या थापा मारणारा. सुषमा- माझी पत्नी- गावाला गेली की रात्री गप्पांचा फड माझ्या घरी रंगलाच समजा. आचार्य व नाईकला चहा-साखरेचे डबे, दुधाची जागा दाखवूनच ठेवलेली आहे व परत बजावून ठेवलंय नीट डबे लक्षात ठेवा. परत विचाराल तर याद राखा. बिचारे नेहमी बिनबोभाट चहा करतात. कुणीही मित्र परगावाहून आला की सर्वांनी जमायचं, असा अलिखित नियमच आहे. विशेष म्हणजे सेलूहून गोविंद जोशी व आनंद आढे, मानवतहून गोविंद आचार्य, उंडणगावहून कमलू फेरवानी केवळ एका जेवणासाठी व त्याहीपेक्षा मनसोक्त गप्पांच्या कार्यक्रमासाठी नेहमी आवर्जून येतात. असाच एकदा अभय देशपांडे पुण्याहून आला होता. संध्याकाळी घरी येतो म्हणून फोन आला. मी केक आणला. टिबडिवालाने बुके आणला. नाईकनं त्याच्या दुकानातून आइस्क्रीम आणलं. सर्वांना फोनाफोनी झाली. त्या दिवशीचा त्याचा

वाढदिवस त्याच्या नकळत साजरा करायचा होता. त्याच्या ध्यानीमनी नसताना त्याला सुखद धक्काच बसला व त्याच्या डोळ्यांत पाणीच तरळलं. आम्ही शाळेत 'साठीचा प्रणाम नव्वदीला' या कार्यक्रमात आमच्या तत्कालीन शिक्षकांचा सत्कार केला. आमच्या हयात आई-वडिलांना एका कार्यक्रमात शाळेत बोलावून त्यांचे आशीर्वाद घेतले. आमच्या दहावीच्या वर्गाच्या डागडुजी व नूतनीकरणासाठी संस्थेला हातभार लावला. संगणक लॅबसाठी संगणक पुरवले. आमच्यातले काही जण वेळोवेळी संस्थेला देणग्या पण देतात. सर्वांना शाळेबद्दल व एकमेकांबद्दल जबरदस्त ओढ आहे. आमच्या सगळ्यांच्या घरच्या मंडळींचा आरोपच असतो- आमच्याबरोबर येताना का कू करता; पण मित्राचा फोन आला की हातातलं काम टाकून पळता. मित्रांच्या कमीनेपणाच्या गोष्टीही सांगाव्या तेवढ्या थोड्याच आहेत. वानगीदाखल काही उदाहरणं देतो- रणदिवेला फ्रॅक्चर झालं होतं. डॉक्टर म्हणाले 'ते क्रॅक फ्रॅक्चर आहे. काळजीचं कारण नाही.'

त्यावर बापट म्हणाला, 'आमच्या दोस्तावरूनच त्या फ्रॅक्चरला नाव दिलं की काय डॉक्टर?'

तिडकेची अँजिओप्लास्टी होती तेव्हा टिबडीने सर्वांना फर्मानच काढलं व तळटीप दिली, 'काय प्रसंग येईल सांगता येत नाही. तेव्हा कमीत कमी चार मित्रांनी तरी अवश्य यावं.'

आमच्या एका मित्राचा ॲक्सिडेंट झाला हे कळल्यामुळे रावदेव सकाळी घाईघाईने निघाला. राधावहिनी म्हणाल्या, "अहो, कमीत कमी अंघोळ तरी करून जा." इथं त्यानं दिलेल्या उत्तरावरून त्याची दूरदृष्टी दिसून आली, 'राहू दे गं. परत अंघोळ करायची वेळ आली तर...!'

मागील वर्षी मी खूपच आजारी होतो. तेव्हा कोणीही समाचाराला आलं नाही. नंतरच्या भेटीत मीच सगळ्यांचा समाचार घेऊन नाराजी व्यक्त केली तेव्हाची सगळ्यांची प्रतिक्रिया- 'तुझी आठवण यायची रे. त्यामुळेच तर रोज सकाळी आधी पेपर उघडून तुझा फोटो दिसतो का ते पाहायचो.'

अशा कमेंट्स फक्त जिवाभावाचे दोस्तच करू शकतात; जे फेसबुकवरचे औपचारिक मित्र करू शकत नाहीत. म्हणून मला असं वाटतं की फेसबुक, वॉट्सॲप मित्रांव्यतिरिक्त प्रत्येकाजवळ आजच्या स्पर्धात्मक जगात असा भूतमित्रांचा (भूतकाळातील सवंगड्यांचा) ग्रुप असावा, जिथे हेवेदावे, स्पर्धा, ईर्षा यांना थारा नसतो व जो निखळ आनंदाचा स्रोत असतो. त्या दृष्टीने आम्ही खूप सुदैवी आहोत. आयुष्याच्या सायंकाळीसुद्धा आमच्या मैत्रीचा सूर्य माध्यान्हीसारखा तळपत आहे. म्हणूनच म्हणावंसं वाटतं,

'दोस्त है कमीने मगर रौनक उन्हींसे है!
सारे जहाँ में अच्छा ये दोस्ताना हमारा!'

◆

माझे हेल मेट

आमच्या ६५ सालाच्या मॅट्रिक बॅचच्या वार्षिक आनंदोत्सवातली गोष्ट! बेटर हाफ व लेसर हाफ यांची घरातल्यासारखीच पण सामुदायिक जुगलबंदी चालू होती. विषय होता स्वर्ग व नरक. दोन्ही बाजूने जोडपी नरकाबद्दल स्वानुभवाचे बोल सांगत होती. स्वर्गाचा अनुभव कुणालाच नव्हता. नरक म्हणजे अति दुःख व स्वर्ग म्हणजे कल्पनातीत सुख. दोन्हींचा अतिरेक वाईटच. त्यापेक्षा कधी स्वर्ग तर कधी नरक परवडला, असा समारोप जैनने केला.

बापट : आमचं सगळ्यांचं लहानपण खूपच आनंदात गेलं.

अनघावहिनी : कळतात बरं तुमचे टोमणे आम्हाला.

भवरी : वहिनी तुमचा काहीतरी गैरसमज झाला आहे.

उल्का : काही नाही. तुम्ही सगळे मित्र इथून तिथून सारखेच. सगळेच्या सगळे मित्र नरकात जाल व सगळे 'हेल मेट' व्हाल (Hell mate)

या आशीर्वादानंतरच्या आमच्या प्रतिक्रिया—

रावदेव : पण आम्हाला तिथं काहीच नवीन वाटणार नाही

तिडके : हे भविष्य सांगताय की शाप देताय?

उजळंबकर : अरे, त्या आपल्याला वरदानच देतायत.

टिबडीवाला : अहो, आम्हाला तोच स्वर्ग वाटेल.

मी : अहो वहिनी, तुम्ही आम्हाला नरकात पाठवताय पण आम्ही मात्र तुम्हा

सर्वांना स्वर्गात सामावून घेण्यासाठी देवाकडे प्रार्थना करणार. बघा बरं आमच्या मनाचा मोठेपणा!

(थोडे थांबून) दबक्या आवाजात, म्हणजे दोघांनाही स्वर्गसुख लाभेल!

मित्रहो, असा आहे हेल मेटचा निर्मिती इतिहास!

आमच्या वर्गमैत्रिणींना आम्ही बायोमॅट्रिक असं संबोधतो; कारण या बायो मॅट्रिकला आमच्याबरोबर होत्या. या बायोंचा बायोडेटा चांगला असल्याने मरणोत्तर त्यांची व आमची फारकत होण्याची दाट शक्यता आहे.

मित्रांनो,

आमच्या 'हेल मेट्स'च्या हुशारीबद्दलची, त्यांच्या कुटुंबीयांपासून आतापर्यंत त्यांनी लपवून ठेवलेली गोपनीय माहिती प्रसिद्ध करत आहे. आमच्या बायो मॅट्रिकबद्दलची गोपनीय माहिती त्या आमची हजेरी घेतील या भीतीने टाकत नाही त्याबद्दल क्षमस्व!

दहावीत असतानाची गोष्ट. सिकची आठ दिवस आजारी असल्याने शाळेत आला नव्हता. नंतर त्याला सरांनी चिठ्ठी पाठवली, 'सिकची सिकची नोट वडलांकडून घेऊन ये.' सिकचीला दोनदा सिकची का लिहिलंय हे नेहमीप्रमाणं काही लक्षात आलं नाही. सरांनी त्याला 'सिक' असल्याची नोट मागितली होती! सिकची भूतानला गेला होता. त्याने त्याचे वेगवेगळ्या पोजमधले फोटो पाठवले होते. मी लगेच कमेंट पाठवली, 'छान आहेत भूतांचे फोटो.' सिकचीला राग आला. तेव्हा त्याला अजून डिवचलं, 'अरे बाबा याच्यापेक्षा जास्त राग तुझ्याशी तुलना केल्यामुळे भुतांना आला होता!' त्याच्या रागाचा चढलेला पारा यामुळे औरंगाबादचा उन्हाळा आणखीच वाढला. मग त्याचा राग शांत करण्यासाठी फोन करून सांगावं लागलं, 'अरे भूतानचे फोटो!'

भूगोलाच्या परीक्षेत गोविंदने भारताचा नकाशा काढून कोची शहर हिमालयावर दाखवलं होतं. वर्गात पेपर वाटताना सरांची टिपणी, पुराणात कृष्णानं द्वारका जशी पाण्यात नेऊन ठेवली होती, तसं या गोविंदाने कोची हिमालयावर नेऊन ठेवलं आहे. नंतर बरेच दिवस आम्ही गोविंदला कोची म्हणत होतो, कारण कोचीनंतर बंदर हा शब्द असल्याचं आम्हाला माहीत होतं!

मी एकदा फेसबुकवर पोस्ट टाकली होती, 'आपल्या गोविंदची सुयशाकडे वाटचाल!' लगेच ६५ लाईक्स व ४० रिॲक्शनस आल्या. भरपूर कमेंट्स आल्या.

अभिनंदन!

यशाबद्दल शुभेच्छा!

अशीच वाटचाल भविष्यात राहो!

काँग्रॅच्युलेशन्स! इत्यादी.

गोविंदराव, कोणतं सुयश गाठताय आता?

मी दुसऱ्या दिवशी पोस्ट टाकली,

'मित्रहो, गोविंदच्या पत्नीचं नाव सुयशा आहे!'

नंतर एकही अभिनंदनाची पोस्ट आली नाही!

आमच्या एका शिस्तप्रिय सरांच्या कानाची भोकं भली मोठी होती. त्यांना आम्ही गॅदरिंगमध्ये फिशपाँडच्या कार्यक्रमात इयर रिंग्ज म्हणून सायकलचे टायर दिले होते. एकदा हे सर बाहेर पॅसेजमध्ये उभे होते. तास संपल्यावर दुसरे सर येण्यास अवधी होता. मी मॉनिटर असल्याने गोविंदने काकुळतीला येऊन करंगळी वर केली. मी एका आव्हानात्मक अटीवर परवानगी दिली - पाठमोऱ्या सरांमागे जाऊन त्यांच्या कर्ण गवाक्षातून पलीकडे बघायचं. गोविंदनं त्याप्रमाणे सरांमागे उभा राहून गवाक्षाजवळ डोळे नेले. मी हातातली पट्टी मुद्दाम खाली पाडली. आवाजाने सर वळले तो गोविंदचा चेहरा कानाजवळ दिसला. झालं. सर तारस्वरात ओरडले, 'तू माणूस आहेस की डुक्कर? व अन्न खातोस की...?' नंतर सरांनी वराहाच्या विविध खाद्य पदार्थांचा मेन्यूच त्याला ऐकवला. त्यांच्या छडीनं त्याच्या पाठ्यपुस्तकात एवढ्या नोंदी झाल्या की त्यावरून पीएच. डी.चा एखादा प्रबंध तयार व्हावा. नंतर या गोविंदाच्या घशातून बासरीच्या विविध संगीतलहरी बराच वेळ बाहेर पडत राहिल्या. त्या आम्हा सर्वांना कर्णमधुर वाटल्या, हे सांगणं नकोच. या प्रसंगानंतरच त्याला संगीताबद्दल आवड निर्माण झाली. (टीप- इथे 'संगीता' या शब्दाबाबत कृपया गैरसमज नको.) तिथंच त्याच्या करंगळीदर्शनाचं उद्दिष्ट सफल होऊन कार्यभाग पण उरकला गेला.

प्रकाश माझा पहिलीपासून ते बारावीपर्यंतचा सवंगडी. अभ्यास करण्याची (लक्षात ठेवण्याची नाही) मनापासून आवड. वराहछाप केशरचना करणारा. बोलताना मधूनमधून निर्व्याज हास्याची पखरण करणारा. त्याची एकच महत्त्वाकांक्षा होती- आयफेल टॉवरवर जाऊन चहात बुडवून पार्ले जी बिस्कीट खाण्याची. पुढे तो खरंच 'आय फेल, आय फेल' करत राहिला. स्वतःला पक्षाघात झाला असूनही दुर्दम्य इच्छाशक्तीनं दर वर्षी आमच्याबरोबर आनंदोत्सव सहलीला अट्टहासानं येणारा हा एकमेव सवंगडी!

आमच्या वर्गात गोपाल व रमेश हे खत्रीबंधू होते. अभ्यासात खूप हुशार होते. त्यांचा एकमेकांवर विलक्षण जीव होता. इतका की सरांनी एकाच्या पाठीवर तबला वाजवला तर दोघांच्याही मुखातून स्टिरिओसारखे बोल निघायचे. सर एकाला रागावले तर दुसरा रडायचासुद्धा!

आमचा अजून एक गमतीचा मित्र म्हणजे सय्यद अब्दुल खालेक. त्याची खासीयत अशी की, त्याला त्याचं नाव, वडिलांचं नाव व आडनाव वेगवेगळं

विचारलं तरी सय्यद अब्दुल खालेक असंच उत्तर मिळायचं!

आमचा खास सवंगडी म्हणजे विलास अनंत रणदिवे. परीक्षेच्या रणांगणात नेहमी दिवे लावणारी वल्ली. म्हणून याच्या पिढीपासूनच रणदिवे आडनाव पडलं असावं. मराठी भाषा संपन्न करण्यात स्वारीचा मोठा हात आहे. याच्यामुळे कल्पनाविलास, विद्याविलास, भानुविलास अशा अनेक जोड्या सॉरी जोडशब्द तयार झाले आहेत. पिताजींचं अनंत नाव जन्मापासून याच्याशी जोडलं गेलं आहेच; पण याशिवायही बऱ्याच अनंतांशी याचा संबंध आहे. अनंत परीक्षा, अनंत शैक्षणिक वर्षं, अनंत किस्से (kiss se) वगैरे. आर्यभट्टाच्या क्रांतिकारक शोधामुळे याला किती मार्क द्यावे, ही शिक्षकांची समस्या एकदम सुलभ झाली होती.

प्रदीप पोळ हे प्रकरण वेगळंच होतं. आडनाव सूचित करतं तसा तो माजलेला अजिबातच नव्हता. अत्यंत मृदुभाषी, मितभाषी व आमच्या बॅचमध्ये नियमित अभ्यास करणारा हा एकमेव विद्यार्थी होता. आशावहिनी त्याच्याशी केलेल्या लग्नानंतर पोळलेल्या होत्या (पोळ झाल्या होत्या.)

आमचा वर्ग आणखी दोन प्रकाशांनी उजळून निघाला होता. पण 'दिव्याखाली अंधार' हा प्रकार त्यांच्या अभ्यासाबाबतीत व्हायचा. पहिला कडक इस्त्रीचे कपडे घालणारा. (इथं ई स्कूल, ई लर्निंग सारखा इस्त्री हा शब्द नाही) प्रकाशचे वडील मोठ्या हुद्द्यावर असल्यानं आठवीत असल्यापासूनच हा कार, जीप छान चालवायचा. मात्र हे कसब त्याला परीक्षेत लेखणी चालवण्यात काही दाखवता आलं नाही.

दुसरा प्रकाश पेशानं वकील होता. त्याचं कायद्यातलं कसब अजब होतं. त्याला फिर्यादी-अशिलाकडून फी तर मिळायचीच; पण त्यानं केस लढवली तर निकाल आपल्याकडून लागेल अशी आरोपीला खात्री असायची. त्यामुळे तो फिर्यादीपेक्षा जास्त फी याला द्यायचा व मोठ्या काकुळतीनं विनंती करायचा, 'साहेब, कसंही करून तुम्ही उद्या केस लढवाच!' तो लॉ करत असताना त्याच्यापेक्षा पाच वर्षं लहान भाऊ बी. एस्सी. होऊन बँकेत नोकरीला लागला होता. याच्या परीक्षा-वाऱ्यांमुळे त्याचंही लग्न खोळंबून राहिल्यानं तो कंटाळला. त्यानं शेवटी विचारलंच, "दादा, तू लग्न केव्हा करणार आहेस, सांग तरी!" आमचे मित्रवर्य मोठ्या टेचात, 'आधी लग्न कोंडाण्याचं'च्या थाटात - म्हणाले, "लॉ झाल्यावर!"

धाकटा पट्कन म्हणाला, "दादा, तू जर १५-२० वर्षं अशी काही निश्चित मुदत सांगितली असतीस तर मी लग्नाचा थांबलो असतो. पण लॉ पूर्ण म्हटल्यावर infinity आली. मी करून घेतो बाबा लग्न!"

आमचा एक सवंगडी नेहमी माझ्यावर खार खायचा. एका वर्षीच्या निकालानंतर तो मुद्दाम मला भेटला, म्हणाला, "तू काय एकटाच हुशार समजतोस का स्वतःला? मी पण डोमिनियन सेकन्ड आलोय!" त्याचा पूर्वेतिहास चांगलाच

माहीत असल्याने मी शोध घेतला. बातमी खरीच होती. खरी मेख अशी होती की एकंदर दोघंच विद्यापीठातून परीक्षेला बसले होते! म्हणजे स्वारीने नेहमीचा शेवटून पहिला क्रमांक सोडलाच नव्हता.

विजय अतिशय रोड होता. ज्याप्रमाणे औरंगाबादचे रोड कदापि सुधारत नाहीत, तसाच हा रोड पण कधीच सुधारला नाही. (मी शरीरप्रकृतीबद्दल बोलतोय!) याचं श्रेय खासगीत बोलताना तो आपल्या अर्धांगिनीच्या पाककौशल्याला द्यायचा. मात्र हे रहस्य षट्कर्णी न होऊ देण्याची अट त्यानं आम्हाला घातली होती.

देवरावच्या 'बालवृद्धत्वा'मुळे अनेक गमती झाल्या. आमच्या वार्षिक मेळाव्यास कांता प्रथमच पतीबरोबर आली होती. त्याच्याकडे दृष्टी गेल्यावर त्यांनी उत्स्फूर्तपणे कांताला प्रश्न केला, ''का गं, तुमच्या री-युनियनला तुमचे सर पण येतात वाटतं!''

परवा आमच्या शाळेत झालेल्या माजी विद्यार्थी मेळाव्यात बरेच जण त्याला शिक्षक समजून त्याच्या पाया पडले. त्यात एका माजी शिक्षकांचाही समावेश होता! याला प्रोजेरिया आजार नसला तरी पुढे 'पा' या अमिताभच्या सिनेमाच्या संकल्पनेचा हाच जनक आहे!

आमच्यातला पितामह म्हणजे कमलू. वयाने, अंगाने, हुशारीने श्रेष्ठ! तिन्ही वर्षांचं उच्च गणित एका वर्षात शिकून प्रथम श्रेणी मिळवणारा. पण शेवटी तो एकटाच इंटरपर्यंत कोर्स करणारा (मधला पर्यंत शब्द गाळू नये) व नंतर शिक्षण थांबवणारा निघाला. आमच्या लहानपणीच त्याचं लग्न झालं होतं. इंटरमध्येच तो गृहस्थाश्रमात एंटर झाला होता. आयुष्याच्या शर्यतीत त्यानं आम्हाला कोसो मागं टाकलं. माझं लग्न झालं तेव्हा तो नातीच्या बारशामुळे येऊ शकला नाही, यावरूनच हे लक्षात येईल.

हायस्कूलमध्ये असताना आम्हा विद्यार्थ्यांत दाढी करणारा एकमेव कमलूच होता. आमची ट्रीप कोयनेला गेली होती. तेव्हा एका सकाळीच आमचे सर कमलूकडे ब्लेड मागायला आले होते, असं आम्हाला चांगलं आठवतंय!

मॅट्रिकला कमलूनं शाळेत उशिरा प्रवेश घेतला. तो उशिरा आला तेव्हा पॅसेजमधल्या खिडकीतून त्यानं चारीला खुणावलं. आढेचं त्याच्याकडे लक्ष गेलं. तो कमलूला ओळखत नव्हता. म्हणून चारीचं त्यानं तिकडे लक्ष वेधलं व म्हणाला, ''अरे चारी, तुझे वडील तुला बोलावतायत!'' तात्पर्य असं की तो मॅट्रिकला असतानाच त्याच्या चेहऱ्यावर मॅट्रिकला असलेल्या मुलाच्या बापाचं प्रौढत्व दिसत होतं

आमची प्राथमिक शाळा कौलारू होती. कधीकधी पावसाळ्यात डोक्यावर अभिषेक व्हायचा. पण त्यामुळे पाटी पुसायची सोय पण व्हायची. म्हणून त्या दिवशी जिभेचा ओलावाही कायम राहायचा. शाळेच्या हॉलमध्ये चार कोपऱ्यांत चार

वर्ग भरायचे. दोन्ही वर्गांत कविता चालू असतील तर मोठी गंमत व्हायची. दोन कवितांचा सुंदर मिलाफ होऊन नवीनच कविता तयार व्हायची.

बघ आई आकाशात सूर्य हा आला
लवकर भरभर सारे या
पांघरून अंगावर भरजरी शेला
मजा करा रे मजा मजा

शाळेच्या मागील बाजूस तटबंदीचे अवशेष शिल्लक होते. शाळेत येण्यास उशीर झाल्यास त्या तटास पाडलेल्या खिंडारातून आम्ही गनिमी काव्याने शाळेत चोरप्रवेश करायचो. कधीतरी शाळेस डुम्मा मारायचा असल्याससुद्धा 'आग्र्याहून सुटका'च्या धर्तीवर आम्ही 'शाळेहून सुटका' हा प्रयोग या खिंडाराद्वारा करायचो. या मोहिमेत शाळेचा धोंडिबा शिपाई हिरोजी फर्जंदची भूमिका पार पाडायचा. सरांची चाहूल लागल्यास आम्ही त्याच्या मदतीनं 'तटस्थ' व्हायचो (तटावर चढून लपायचो).

माध्यमिक शाळेत असताना बसण्यासाठी पोती असायची. वर्गात मुलं अठ्ठावीस तर पोती वीसच होती. त्या पोत्यांमध्येही नवं-जुनं, लहान-मोठं, फाटकं- धड असा वर्णसंकर होता. त्यामुळे आमच्यात पोत्यांवरून भांडणं व्हायची. शाळा भरायच्या आधी जो सर्वांत आधी येईल, त्याला चांगलं पोतं मिळायचं. उशिरा आलेले अष्टप्रधान पोती नसल्यामुळे जमिनीवर बसायचे व पकडले जायचे. त्यांना आमचे सर त्या दिवसाचे जमीनदार म्हणायचे. प्रार्थना झाल्याबरोबर पोत्यांचा ताबा मिळवण्यासाठी मैदानावरून वर्गात जाताना सर्वांच्या अंगात मिल्खासिंगचा संचार व्हायचा. एवढं करूनही पोतं हातातून निसटलं, तर अंगात महमदअली शिरायचा व आपसात बॉक्सिंग सुरू व्हायचं. पोतं जिंकणाऱ्याला आम्ही पोतराज म्हणून चिडवायचो. लढाईचा निकाल लागण्याआधीच सरांचं आगमन झालं, तर ते पण मुष्टियुद्धात भाग घेऊन सगळ्यांना नामोहरम करायचे व पोत्यावरून झालेल्या मारामारीमुळे आमचं पोतेरं व्हायचं.

मी नववीत असतानाची गोष्ट. हिंदीला गोविंदरावजी गोसावी सर होते. त्यांनी एके दिवशी आपापल्या पुस्तकातला धडा वाचायला सांगितला. मी वही उघडली व वाचू लागलो. सरांचं अचूक लक्ष गेलं. त्यांनी मला उभं केलं व विचारलं, ''मी पुस्तकातला धडा वाचण्यास सांगितला असता तू वही उघडून का टिवल्याबावल्या करत आहेस?''

म्हटलं, ''सर, मी धडाच वाचतोय.''

सरांना वाटलं बरा सापडलाय तावडीत आज! सर मला शिक्षा करण्यासाठी

जवळ आले व त्यांनी माझ्या हातून वही हिसकावून घेतली. पाहतात तो काय, फक्त धडाच नव्हे, तर संपूर्ण हिंदीचं पुस्तकच मी वहीत लिहून काढलं होतं! खरी गोष्ट अशी होती की त्या वेळी ते पुस्तक बाजारात कुठंच मिळत नव्हतं. म्हणून मी दोनशे पानांच्या वहीत असा हा उपद्व्याप केला होता. सरांनी माझ्या सांपत्तिक स्थितीची, माझ्या आई-वडिलांची चौकशी केली. व या वेळी नेहमीसारखी दणक्यात पाठ न थोपटता अगदी नाजूकपणे वेगळी नोंद केली. पाठ्यपुस्तकातील नेहमीच्या लाल अक्षरातल्या नोंदीऐवजी पहिल्यांदाच अशी सोनेरी नोंद झाली. या घटनेमुळे माझ्या हुशारीबद्दल जो गैरसमज सर्वत्र पसरला, तो तसाच टिकवण्यात मी आजपर्यंत यशस्वी झालो आहे.

आमच्या शाळेत पिण्याच्या पाण्यासाठी षट्कोनी हौद होता. सर्व बाजूंनी तोट्या लावलेल्या होत्या. पिताना खाली पडलेलं पाणी पसरू नये म्हणून दोन फुटांवर मोरीवजा कट्टा होता. खाली खूप शेवाळं साचलेलं असायचं. पाणी पिण्याची पद्धत म्हणजे दोन फूट अंतरावरच्या कट्ट्यावरून पुढे वाकून तोटीला ओंजळ लावून पाणी पिणं. नळावर खूपच गर्दी, ढकलाढकली चालायची. निसरड्यावरून पाय घसरू न देता, धक्के पचवून पाणी पिणं म्हणजे एक कसरतच होती. कधी शर्ट ओले व्हायचे. कधी घसरून पडल्यावर शेवाळं व मातीनं शर्ट-चड्डी खराब व्हायचंत. मग धावत घरी जाऊन कपडे बदलावे लागत. पहिल्या तासात घातलेले कपडे मध्यंतरानंतर न दिसल्यास दोनच शक्यता असायच्या. एकतर नळावर पाणी प्यायला गेलो होतो किंवा गोसावी सरांचा तास झाला होता. जर कपडे बदलण्यासाठी घरी जायला वेळच मिळाला नाही तर नंतर त्या दिवसात कपडे आधीच ओले असल्याने करंगळी वर करायची गरजच पडत नसे. उलट गोसावी सरांचा तास संपल्यावर आम्हाला हौदाजवळ पडलो, असा बहाणा करता यायचा.

आमचे एक सर फारच मारकुटे होते. मुलं त्यांना टरकूनच असत. त्यांच्याबद्दल एक छोटीशी आख्यायिका आम्ही बनवली होती. एके दिवशी ते मिठाईचा डबा घेऊन हसतमुखाने वर्गावर आले. आम्ही सगळे या आगळ्या दर्शनाने भांबावून गेलो होतो. सर म्हणाले, "मुलांनो, आज मला जुळी मुलं झाली आहेत. त्यांची नावं काय ठेवावी सांगा बरं" सगळीकडे शांतता. "बरं मला पौराणिक नावं आवडतात, हे लक्षात घ्या." आमचा प्रतिसाद शून्यच.

"अरे घाबरता काय? बरं, चिठ्ठीवर लिहा." मी मॉनिटर असल्यानं चिठ्ठ्या गोळा केल्या व वाचायला सुरुवात केली.

'रावण -कुंभकर्ण,' सरांचा चेहऱ्यावर फेरफार!

'सुग्रीव -वाली,' चेहरा पडला!!

'दुर्योधन -दुःशासन', चेहरा लालबुंद.

‘ढवळ्या -पवळ्या...’ सरांनी चिठ्ठ्या हिसकावून घेतल्या व मिठाईऐवजी आख्ख्या वर्गाला प्रसाद वाटायला माझ्यापासूनच सुरुवात केली.

आमच्या करंगळ्यांचं आणि सरांच्या मानेचं बहुतेक ब्लू टूथ कनेक्शन होतं. करंगळी कुणी वर केली की सरांची मान आपोआप नकारार्थी हलायला लागे. यावर आमच्या सवंगड्यांनी शीघ्र चारोळी केली होती,

जवा ढगाला लागे कळ
तवा पोटात निघे कळ
करता आम्ही चुळबुळ
सर मारती बळंबळं
मग पाठीत पडता वळ
कापतो आम्ही चळचळ

नंतरच्या ‘थेंब गळं’ व ‘फळफळं’ असं यमक असलेल्या दोन ओळी आम्ही सेन्सॉर केल्या.

आमचा आवडता खेळ होता क्रिकेट. शाळेसमोरच्या मैदानावर खेळ रंगायचा. फलंदाजीसाठी एकच बॅट असायची. नॉनस्ट्रायकरच्या हातात स्टम्प असायचा. एकाच बाजूने फलंदाजी असायची. गोलंदाजीच्या बाजूला स्टम्पऐवजी दगडांची उतरंड असे. गोलंदाजी करताना पाय घसरू नये म्हणून स्लिपर काढलेली असे व बोलरच्या रन अपची खूण म्हणून तिचा वापर होई. दिनेश आमचा हुकमी ऑफ स्पिनर! त्याचे बॉल हातभर वळायचे. बोलिंग करताना त्याचं शरीरसुद्धा चेंडूपेक्षा जास्त वळायचं. आम्ही गमतीने बोलिंग त्याच्या अंगवळणी पडली असं म्हणायचो. पिलखाने होता आमचा फास्ट बोलर म्हणजे लिंडवॉल! बोलिंग करताना शारापोव्हासारखा त्याचा हुंकार पॅव्हेलियनपर्यंत ऐकू जायचा. फलंदाजी करताना सर्वांचा प्रयत्न शारदा मंदिरमध्ये (मुलींची शाळा) चेंडू टोलवण्याचा असे व नवल म्हणजे प्रयत्न सफल झाल्यास स्वतः फलंदाजच चेंडू आणायला पळायचा. त्याच्या मदतीस क्षेत्ररक्षकांची आख्खी टीम तर जायचीच, पण पॅव्हेलियनमधले खेळाडूही सामील व्हायचे. सुज्ञास हेतू सांगणे न लगे!

सरांचा कमीत कमी प्रसाद मिळावा म्हणून अनेक गनिमी कावे लढवावे लागत. सरांना चेहरा दिसू नये यासाठी उंच मुलामागची जागा बसण्यासाठी निवडायची. तो समोर वाकलाच तर त्याच्याबरोबर आपलीही मान त्याच वेळी खाली करायची. बसताना थोडं पुढे घसरून बसायचं. सरांनी वर्गात प्रश्न विचारायला सुरुवात केली की मान खाली घालायची. पेन मुद्दाम खाली पाडून उचलायला जायचं, निरागस

चेहरा करून पुस्तक वाचण्यात गढून जायचं. एखाद्या हुशार मुलाजवळ बसायचं व त्याला हलक्या आवाजात प्रॉम्प्टिंग करायला सांगायचं. मारकुट्या सरांचा तास असेल त्या दिवशी कुणीही शाळेत फूटपट्टी आणायची नाही. शर्टच्या आतून स्वेटर घालायचा. अशा अनेक डावपेचांमुळे आम्ही शाळेचा भवसागर तरून जाण्यात यशस्वी झालो. प्रश्नोत्तरांच्या तासात आमचे हात नेहमी खाली व सरांचेच हात वर असायचे (छडी उगारून).

आमच्या वर्गात दोन भाग होते. डावा भाग भाईंचा व उजवा भाग ताईंचा होता. मुलं दिसायला डावी म्हणून सरांनी डाव्या बाजूला बसवली असतील कदाचित! तसे सकाळी सगळेच डावखोरे असतात म्हणा पण; डाव्यातली सात मुलं लिहिण्यातसुद्धा डावखोरी होती. मात्र डावी मुलं अभ्यासात जास्त उजवी होती. मॅट्रिकला प्रथम श्रेणीत पास झालेल्या सहा जणांपैकी पाच मुलं होती. डावी मुलं मार खाण्यातही उजवी होती. शिक्षा म्हणून आम्हाला डावं-उजवं करत सर बाहेर काढीत. गृहपाठ न केल्यानं बहुतेक डाव्यांना वर्गातून उजवलं जायचं. सर वर्गात नसताना डावे हास्यमैफलींचा डाव रंगवायचे. त्यातून उजवे डावललेले असायचे. खोड्यांच्या डावपेचात डावे खरोखर उजवे होते. मात्र उजव्या बाजूच्या मुली दिसण्यात व वागण्यात पण उजव्या होत्या.

आम्ही मॅट्रिकला असताना 'संगम' सिनेमा लागला होता. दोन मध्यंतरं असलेला चार तासांचा आमच्या ऐकिवातला पहिलाच सिनेमा. गर्दी अमाप. तिकिटं मिळणं दुरापास्तच. आमच्या कमलू पितामहांनी ती अवघड कामगिरी पार पाडली. कृष्णाचा पाय लागताच जशी यमुना दुभंगली, तशी कमलूची शरीरयष्टी पाहताच गर्दीची गत झाली. शाळा बुडवून सकाळी आठचा शो पाहिला. सरांच्या कानावर ही बातमी गेलीच होती. दुसऱ्या दिवशी सरांचा रुद्रावतार पाहण्यासारखा होता. 'शाळा बुडवून सिनेमा पाहण्याचा बूट कोणी काढला' असं विचारत त्यांनी खरंच बूट काढला. 'संगम' पाहिल्यानंतर सरांच्या भीतीनं फुटलेला घाम व डोळ्यांतून वाहणारे अश्रू यांचा छान संगम झाला.

आमचा वर्ग म्हणजे एक स्वयंपाकघर होतं- जिथं रोज आमची कणीक तिंबली जायची. सरांचा तवा तापला की गालाच्या पोळपाटावर सरांच्या हस्त लाटण्याने चापटपोळ्या तयार व्हायच्या. आमच्या चुकांची (चुक्याची) भाजी तयार होई. सर सगळ्यांची चटणी करायचे. आमची अजिबात डाळ शिजायची नाही. क्रिकेटमधल्या आमच्या देदीप्यमान कामगिरीवर मार्कांचं विरजण पडायचं. अभ्यासात रस कधीच नव्हता. आमचे पालक बक्षिसाचं गाजर दाखवायचे; पण आम्हाला आपला भोपळाच आवडायचा.

सर राशिभविष्यात प्रवीण होते. ते कायम आमच्या राशीला लागलेले असत.

मेष, वृषभ, वृश्चिक राशींच्या नावानं ते आम्हाला संबोधत व आमचं भविष्य कसं उज्ज्वल नाही, हे पटवण्यात त्यांचा हातखंडा होता. 'वृषभ, आज तुझ्या राशीत शनी दिसतोय,' असं सर म्हणाले की समजायचं की आज एखाद्या पानाची नोंद पाठ्यपुस्तकात होणार. सरांच्या एकंदर कृतीवरून त्यांची रास वृश्चिक असावी असा आम्ही अंदाज बांधला होता. आमच्या तळहातावर फूटपट्टीने रेषा ओढून आमचं भवितव्य बदलण्याचा सरांनी खूप प्रयत्न केला. आता चेहऱ्यावर रेषांचं जाळं आल्यावर त्याचं महत्त्व लक्षात आलंय. सरांची शिकवण व नंतर आमच्या मनात येणारे विचार यांची काही उदाहरणं, याला आम्ही 'आ. विचार' (आमचे विचार) म्हणायचो.

* सर - अपयश यशाची पहिली पायरी आहे

आ विचार - हो, पण आम्ही पहिल्याच पायरीवर अडकलो आहोत.

* सर - अपयशाने खचू नका.

आ विचार - हे आई-बाबांना पटवायला हवं.

* सर - एडिसनने मोठे शोध लावले.

आ विचार - आम्हीपण लावले. पाटीवरील पांढऱ्या पेन्सिलीपेक्षा लाल पेन्सिल अधिक चवदार असते.

* सर - पेस्टमुळे दात स्वच्छ होतात.

आ विचार - पोट पण साफ होते.

आमच्या वॉटस ॲप ग्रुपवरच्या वाढदिवसाच्या काही नमुनादायक पोस्ट

* प्रिय आढे,

कमीत कमी तुझ्या वयामध्ये तरी वाढ होत असल्याचे पाहून खूपच समाधान वाटले!

* रण्या,

असाच पुढेही वर्षानुवर्षं आम्हाला छळत राहशील अशी माफक अपेक्षा ठेवतोय!

* कांता, तुला बर्थ डे 'विष' देण्यासाठी न विसरता यंदा मेसेज पाठवत आहे. आवडले का विष?

* पालवे, सवंगड्यांना कळवण्यात येते की आपले ज्येष्ठ सहकारी व मिशाळ बाळ श्री. देवरावजी पालवे त्र्याहत्तरीत पदार्पण करत आहेत. त्यानिमित्त त्यांनी आपल्यासाठी चारा-छावणी हॉटेल मास्टर कूक येथे आज रात्री ८.३० पासून उभारली आहे. आंबोणाचीसुद्धा व्यवस्था आहे. तरी सर्वांनी अवश्य येऊन मनसोक्त रवंथ करावे.

काही वर्षांनंतर पुढीलसारख्या पोस्ट आमच्या सत्तरीतील ग्रुपमध्ये येतील,

अशी आम्हाला खात्री आहे.

मित्रांनो,

माझ्या यंदाच्या वाढदिवसाला मी सर्वांना जेवणास बोलावण्याचं विसरलो. क्षमस्व! आपला गोविंद आचार्य

प्रश्न - कोण आचार्य?

आमच्या वर्गातील ३२ जणांची पाठ्यपुस्तकं विक्रीस तयार आहेत.

लेखक - १ ली ते १० वी चे सर.

छापण्याचं ठिकाण - वर्ग.

भाषा - सांकेतिक व खुणांची. समजण्यासाठी स्वानुभव आवश्यक!

विवाहानंतर पुस्तकाची सुधारित आवृत्ती निघाली. त्यात नवं ‘शिर वळ’ हे प्रकरण वाढवलं आहे. (डोक्यावरील वळ) लेखक प्रसंगानुरूप पती किंवा पत्नी आहेत.

या पुस्तकाची लिपी सांकेतिक असल्यानं स्वानुभव असल्याशिवाय मथितार्थ लक्षात येत नाही. समजला तरी तसं सांगायला कुणी धजत नाही.

बोला, आवडेल का पाठ्यपुस्तकाचं ‘शिर वळ’ प्रकरण आवडलं म्हणून सांगायला?

◆

माझे हेल मेट्स, बायोमॅट्रिक्स व 'सर'कारनामे

हेल मेट्स म्हणजे नरकातही साथ देतील असे जीवश्चकंठश्च मित्र.

भारताच्या इतिहासात जसा अशोक होता, तसा आमच्या वर्गाच्या इतिहासातही अशोक आहे. तो अशोक राज्यसम्राट होता, तर हा अशोक चित्रसम्राट आहे. सिनेपत्रकार आहे. बाळाचे पाय पाळण्यात दिसतात असं म्हणतात, तसं या बाळाचे पाय शाळेपेक्षा थिएटरात जास्त दिसायचे. त्याचं परिवर्तन यांचे तीर्थरूप खेटरात करायचे. शाळेतल्या भूगोलापेक्षा स्वारी नट्यांच्या भूगोलात जास्त रमायची. सध्या इतिहासातल्या सनावळीप्रमाणे याच्याकडे चित्रगुप्तासारख्या नटनट्यांच्या जयंती -पुण्यतिथीच्या नोंदी असतात.

त्यांच्या सवयी, लकबी, लफडी यांची यच्चयावत माहिती याच्या भेजातल्या सॉफ्टवेअरमध्ये जपून ठेवलेली आहे. पुढे-मागे जर कुणी सिनेविद्यापीठ काढलंच, तर त्याच्या कुलगरुपदावर याचाच पहिला हक्क राहील. बिल गेट्सप्रमाणे शाळेतील अपयशाच्या मजबूत पायावर यानं सुयशाचे इमलेच्या इमले चढवले आहेत. त्याला मिळालेली पारितोषिकं व संस्मरणीय वस्तू ठेवण्यासाठी एखादं वेगळं संग्रहालयच बांधावं लागेल.

अशोकनं संपादित केलेल्या दिवाळी अंकाचं एका वर्षी माझ्या हस्ते उद्घाटन झालं. पाच दिवसांनंतर त्याचा फोन आला,

"नंदू, तुझा हातगुण फार छान दिसतोय. माझ्या अंकाच्या सगळ्या प्रती हातोहात खपल्या."

मी म्हटलं, "उजळ्या, माझा हात लागला की रुग्णसुद्धा हा हा म्हणता

खपतात, तिथं तुझ्या अंकांची काय कथा!''

यावरून मी एक 'प्रथितयश' डॉक्टर आहे हे चाणाक्ष वाचकांच्या लक्षात आलंच असणार. तेव्हापासून माझ्याशी हस्तांदोलन करण्यासाठी तो कधीच धजला नाही.

एकदा त्याच्या सिनेगीतांच्या दृक्श्राव्य कार्यक्रमास आम्ही उशिरा पोचलो. बाहेर सिक्युरिटी गार्ड उभा होता. त्याची एका इसमाशी झटापट चालू होती व तो इसम 'मला सोडा, मला जाऊ द्या,' असं सारखं म्हणत होता.

मी म्हटलं, ''अरे जाऊ दे ना त्याला आत.''

तेव्हा त्यानं दिलेलं उत्तर अशोकच्या लोकप्रियतेवर प्रकाश टाकणारं होतं.

''साहेब, त्याला आत जायला कुणी रोकलंय? हा आतून बाहेर पळून जायचा प्रयत्न करतोय! मला इथं उभं केलंय ते आत गेलेल्या लोकांनी बाहेर पळून जाऊ नये म्हणून!''

भवरीलालला आम्ही भोवरीलाल म्हणायचो. नावाप्रमाणे हा भोवरा खेळण्यात पटाईत होता. परीक्षेच्या भोवऱ्यातही तो बऱ्याचदा अडकायचा. 'भवरा बडा नादान' हे गाणं याच्यावरूनच सुचलं, असं इंदिवरनं उजळ्याजवळ खासगीत बोलताना कबूल केलं होतं.

सतीश जहागीरदार नाल्यावर राहायचा. म्हणून त्याला नाल्यावरचा जहागीरदार म्हणायचे. पुढे पाटबंधारे खात्यातल्या त्याच्या नोकरीवरून त्याला कालव्यावरचा जहागीरदार म्हटलं जाऊ लागलं. त्याच्या ईश्वर आराधनेनं आमच्या बॅचला नरकात जाण्यापासून आतापर्यंत वाचवलं आहे. तो कीर्तनकार व खरा देवभक्त आहे. माझा दुसरा मित्रही देवभक्त आहे. पण त्याची देवभक्ती वेगळीच आहे; त्याच्या मैत्रिणीचं नाव देव आहे.

रेडिओचा घसा रिपेअर करणं हा तिडकेचा पिढीजात धंदा. त्यामुळे हा पुढे घशाचा डॉक्टर होईल असं वाटत होतं. हा धार्मिक असल्यानं कायम चर्चेत (चर्चमध्ये) असायचा. याची जन्मखूण म्हणजे शाळेत पाटीलशी झालेल्या कुस्तीत तुटलेले समोरचे दोन दात!

आपण सगळे आपल्या आयुष्यात नेहमी आनंद मिळवण्यासाठी धडपडत असतो. सारखे आनंदाच्या शोधात धावत असतो. पण आमच्या एक वहिनी याला अपवाद आहेत. त्यांना आनंदाचा विलक्षण तिटकारा आहे. 'आनंद मिळवण्याच्या भानगडीत कधीच पडू नका' असं त्या सांगतात. त्यांना आनंद नकोसा वाटतो. कारण—

कारण त्यांच्या नवऱ्याचं म्हणजे आमच्या मित्राचं नाव आनंद आहे!

आमचा दुसरा आनंद नावाचा मित्र पूर्वी कॉलेजचा डीन होता. पण बाहेर डीन म्हणून वावरणारा हा डीन घरी दीन होऊन वावरायचा.

आता रिटायर झाल्याने तो सर्जरी करत नाही. 'त्याची सर्जरी स्ट्राइकवर आहे' असं आम्ही गमतीनं म्हणतो. सर्जिकल स्ट्राइकचं हे आणखी एक उदाहरण!

हा एकटाच महाभाग कॉलेजात असताना वर्गमैत्रिणींशी संवाद साधायचा. त्याही त्याच्याशी भय्या समजून वागायच्या. आनंदची त्यांच्या प्रति वागणूक 'आमच्या मासाहेब अशा असत्या तर...' अशी शिवरायांसारखी होती. त्यामुळे त्याच्या पत्नीस लग्नानंतर सुरुवातीला खूपच मनस्ताप झाला. त्याला पहिलं अपत्यही लग्नानंतर बऱ्याच वर्षांनी झालं, हे ओघानं आलंच!

आमचा अनंत नावाचा मित्र खासच होता. आता तो अनंतात विलीन झालाय म्हणा. त्याला आनंदोत्सवाचं आमंत्रण द्यायला सकाळीच त्याच्या घरी गेलो होतो. त्यानं दार उघडण्यास बराच उशीर लावला. म्हटलं, "हे काय रे अंत्या?"

तो म्हणाला, "विधीला गेलो होतो."

मी कोटी केली, म्हटलं, "हा तुझा अंत्यविधी जरा लवकर आटपत जा की!"

त्याच्या घरातील फर्निचरकडे मी नापसंतीचा कटाक्ष टाकला. मी वहिनींना म्हटलं, "वहिनी, तुम्ही अनंत काळापासूनच इथलं फर्निचर बदलायचं मनावर घ्या. अनंताच्या मागं लागून तुमच्या चॉईसचं चांगलं फर्निचर आणा की."

त्यावर वहिनींनी मोठं छान उत्तर दिलं, "ठेविले अनंते तैसेचि राहावे!"

ते ऐकून अनंतने हात कोपरापासून जोडले व म्हणाला, "आता आपण काळं केल्यास अनंत उपकार होतील."

तो नेहमी नव्या पिढीबद्दल व त्यांच्यावरील संस्कारांबद्दल पोटतिडकीनं बोलायचा. त्याच्या या संस्कार प्रवचनाला आम्ही अंत्यसंस्कार म्हणायचो.

माझा सिकची नावाचा मित्र आहे. मला मधुमेह असल्यानं तो वेळोवेळी माझ्यासाठी मिठाई पाठवत असतो. बहुधा त्यानं इसापनीतीतली कोल्हा व करकोचा ही गोष्ट वाचलेली असावी. मला एक प्रश्न लहानपणापासून सतावत आलाय. मिठाईमध्ये साखर असूनही मिठाई या शब्दात मीठ का आलं? तिला 'साखराई' का म्हणत नाहीत? तीच गोष्ट जूहीच्या बाबतीत. तिला जूही चावली असं म्हणण्याऐवजी जूही चावला का म्हणतात? अलिबाबाची केस अशीच आहे. आले बाबा असं म्हणण्याऐवजी आली बाबा म्हणणं कितपत सयुक्तिक होईल? हा सारा अजब मराठीचा प्रकार आहे झालं. असो. या सिकचीनं माझ्या घरी एकदा पिंडा ही मिठाई पाठवली. त्या दिवशी श्रावणी सोमवार होता. लगेच त्याला मी आभाराचा मेसेज पुढीलप्रमाणे पाठवला—

'सिकची सेठ, आज श्रावणी सोमवार. सकाळी पिंडीपूजनाचे वेळीच आपण पाठवलेले पिंडा मिळाले. तुमचं हे पिंडदान आम्हाला फार आवडलं. तुमचा पिंड दान करण्याचाच आहे, हे यावरून आम्हास पटलं. तसा घाटावरील पिंड कार्यक्रम पुढील महिन्यात आहे. तरी पण तुम्ही 'आगाऊ' पाठवलेल्या पिंडाला हा कावळा शिवला बरं का! या पिंडावर मला ताव मारताना पाहून तुमच्या वहिनीसाहेबांना 'पिंडीवरील विंचू' या वाक्प्रचाराची आठवण झाली.'

आमच्या वार्षिक आनंदोत्सवात सांस्कृतिक कार्यक्रम चालू होता. संचलन करणारा उजळंबकर एकेका गीताचं नाव घेऊन कलाकाराला स्टेजवर बोलावत होता.

आता सादर करतील, 'जिंकू किंवा मरू' गोविंद जोशी (गोविंदकडे अंगुलीनिर्देश)

'त्या तिथे पलीकडे,' कांताजी! (कांताकडे अंगुलीनिर्देश)

'उघड्या पुन्हाही झाल्या', प्रभाताई! '(प्रभाताईंकडे अंगुलीनिर्देश)

प्रभाताई लाजून उठून पळून गेल्या, हे सांगण्याची गरजच नाही!

आमच्या आनंदोत्सवाच्या प्लॅनिंगमधला महत्त्वाचा व भरवशाचा सवंगडी म्हणजे राजकुमार टिबडीवाला. नावाप्रमाणे व वागायलाही राजकुमार. आडनावात टी असूनही, टी ला स्पर्शही न करणारा गडी. बऱ्याच औषध कंपन्यांचा वितरक, पण प्याल्यातल्या 'औषधास' अजिबात न शिवणारा. घशामध्ये नैसर्गिक लाउड स्पीकर असलेला राजू आम्हा सर्वांना धाकात ठेवून दर सहलीत सर्व कार्यक्रम वक्तशीर पार पाडण्याची अवघड कामगिरी बिनबोभाट पार पाडत असतो.

उगीच नाही सरोजवहिनी, (राजूपत्नी) गुणगुणत, 'राजकुमार! तेरे बिन रहा न जाय...!'

दीपक जैनला गणितात फार मार्क नसले तरी सीए होऊन व्यवहारातले हिशोब तो चोख ठेवत असतो. वर्गात कोणताही प्रश्न विचारला असता हा दीपक स्तंभासारखा उभा राहायचा; पण आता तो आम्हाला व अनेकांना त्याच्या विलक्षण कर्तृत्वामुळे दीपस्तंभासारखा मार्गदर्शक ठरतोय.

आमचा वर्ग म्हणजे एक वाळवंटच होतं. आमच्या डोक्याच्या नापीक जमिनीत कोणतंही ज्ञानाचं रोपटं उगवत नसे. आमच्या बायोमॅट्रिक या वाळवंटातल्या ओॲसिस होत्या. त्यांच्या यजमानांनी 'या खरोखर मृगजळासारख्या आहेत' हे स्वानुभवाचे बोल आम्हाला वेळोवेळी ऐकवले आहेत. या वाळवंटातला उंट म्हणजे आमचा गोविंद. भरपूर शारीरिक उंचीचा व त्यापेक्षाही जास्त बौद्धिक उंची असलेला. सेलूला राहून पिंपळगावची शेती करतो म्हणून आम्ही त्याला उंटावरून शेळ्या हाकणारा म्हणतो. शरद जोशींच्या शेतकरी संघटनेच्या तंबूत घुसून त्यांच्यानंतर

हळूहळू संघटनेचा तंबू काबीज करणारा हा पठ्ठ्या! शास्त्रोक्त संगीतात गती असलेला हा महाभाग शेतीही शास्त्रोक्त पद्धतीने करतो. सूर व तालात रमणारा पण कुणाच्याही तालावर न नाचणारा हा गोविंद! त्याच्या पायाला सदैव भिंगरी बांधलेली असते व याचा कामानिमित्त भारतभर संचार चालू असतो.

रंगाचार्यांचा भाचा म्हणून ओळख असलेला गोविंदाचार्य.

गोविंद आचार्यचं सारं आयुष्य शाळेतच गेलं— आधी विद्यार्थी म्हणून व नंतर शिक्षक म्हणून. शाळा याच्या पाचवीलाच पूजलेली. 'बऱ्याच नव्या पिढ्या शिक्षक म्हणून मी बी घडवल्या' (की बिघडवल्या देव जाणे), असं याचं म्हणणं आहे. कुठलीही गणितं हा चुटकीसरशी सोडवायचा. याला आम्ही गणितातला वीर समजायचो आणि याला गणितात वीरगती प्राप्त झाली आहे, असं सर म्हणायचे. हल्ली मानवतला राहूनही याला थट्टा अजिबात मानवत नाही.

विलास बर्दापूरकर मुंबईला असतो. आमच्या आनंदोत्सवापासून नेहमी दूर राहणारा विलास म्हणून याचं नामकरण दुर्विलास (दूरविलास) असं झालंय.

मॅट्रिकला आमच्या वर्गास सहा बायो (मुली) होत्या. त्यांना आम्ही बायोमॅट्रिक अशी उपाधी दिली आहे. बायोमॅट्रिक कशी सर्वांची बरोबर हजेरी घेत, तसे या पण सगळ्यांची व्यवस्थित हजेरी घेतात! त्यांना नावं ठेवण्याची आमची प्राज्ञा नव्हती त्यामुळे आम्ही त्यांच्या घरांना नावं ठेवली होती—

मेधा - मेधालय
उल्का - लोणार
मीरा - काश मीरा
कांता - आकांत
आशा - निराशा
शैला - श्रीशैल

आमच्या वर्गातली कोकिळा म्हणजे उल्का! तिला हा किताब दिल्याने तिला राग आला होता. तिला वाटलं तिच्या या किताबामागचं रहस्य रंगसाधर्म्य आहे. पण आम्ही तिच्या सुरेल गायनाचा संदर्भ दिल्याने तिची कळी खुलली.

ती आजी झाल्यानंतर नातीला छान संभाळायची. नात रडत असली की तिला उल्काच्या हवाली केलं जायचं. मग ती मोठ्या कौशल्यानं तिला शांत करून झोपवायची. तिच्या या कौशल्याचं एकदा कॉलेजच्या स्टाफरूममध्ये कौतुक चाललं होतं. तिला 'नाती' संभाळण्याचा छंदच आहे यावर एकमत झालं. तसा तिचा एक

खवचट सहकारी म्हणाला, "अहो, त्यात काय नवल! छोट्याशा नातीची गोष्टच सोडा, तिला रोज आख्ख्या वर्गाला गाढ झोपवायची सवय आहे!"

"मॅमना तुम्ही चिडवू नका बरं, नंतर होणाऱ्या परिणामांची तुम्हाला कल्पना नाही."

"नाही कशी? उल्कापाताने लोणार सरोवर झालंय याची आम्हाला चांगली कल्पना आहे."

आमच्या आनंदोत्सवात मी माझ्या सवंगड्यांना विचारलेल्या एका प्रश्नामुळे उल्काची माझ्यावर गैरमर्जी झाली. प्रश्न साधाच होता.

जवळच्या मित्रमंडळीत अनौपचारिक गप्पांमध्ये आपण एकमेकाला संबोधताना त्यांच्या नावाचा अपभ्रंश करत असतो. उदाहरणार्थ प्रभाकरला प्रभू, सोनालीला सोनू, आशाला आशू असं म्हणतो तर उल्काला अशा मंडळीत असताना काय संबोधत असतील?

फार थोड्यांनी उल्कू असं चुकीचं उत्तर दिलं. बाकीच्यांनी दोन अक्षरी असलेला उकारान्त शब्द बरोबर ओळखला.

काहीही असो, उल्का आमच्या आनंदोत्सावातलं संगीत आहे. बसमधील गाण्याच्या भेंड्या तिच्याशिवाय पूर्ण होत नाहीत. संपूर्ण सहलीमध्ये तिच्या आवाजाचं बॅकग्राउंड म्युझिक अखंड चालूच असतं. खड्या आवाजातल्या कामगिरीमुळे परतीच्या प्रवासात तिचा घसा हमखास बसलेला असतो. यावर एका खवचट सवंगड्याची प्रतिक्रिया, 'याला म्हणतात देवाची कृपा! खुदाके पास देर है, अंधेर नही!' यावर माझ्याकडे बोट दाखवून आढेची टिपणी— 'अंधेर खुदाके पास नही, सुषमा भाभीके पास है!'

आशाची तिच्या नावाप्रमाणे बऱ्याच जणांना आशा होती. तिच्या नामांतराच्या लढ्यात (लग्नानंतर नाव बदलण्याच्या) बऱ्याच जणांनी भाग घेतला होता. अशा सर्व नामांना आशाने कात्रजचा घाट दाखवला. तिनं नामजोशींचं विशेषनाम लावलं व सर्वांची (अगदी नामजोशींचीसुद्धा!) निराशा केली.

मीरा विलक्षण अभ्यासू होती. नावाप्रमाणे अविवाहित राहून कायम ज्ञान-प्रभूच्या आराधनेत असायची. तिचा विवाह फक्त विद्वत्तेशी झाला होता व शेवटपर्यंत ती आपल्या ज्ञानसागरात भर टाकत राहिली. अभ्यासात नेहमी वरच्या नंबरवर असायचीच; पण दुर्दैवानं स्वर्गारोहणातही तिनं वरचा क्रमांक पटकावला!

शैलाची शिक्षणाची शैली काही औरच होती. बारावीनंतर हिचा बँड वाजल्यानं तिच्या शिक्षणाचाही बँड वाजेल असं वाटत होतं. हिच्या बाळंतपणाचा व बी. एस्सी.चा निकाल बरोबरच लागला. त्याचप्रमाणे मुलानं के.जी.ला व हिनं एम. एस्सी.ला एकाच दिवशी प्रवेश घेतला. हिचा विषय गणित असल्यानं तिनं पुढील

शिक्षणाचं अवघड समीकरण व्यवस्थित सोडवलं.

मेधा आमची सातासमुद्रापलीकडे पोचलेली एकमेव मैत्रीण. इंग्रजीची प्राध्यापिका. ती तरुणपणीच देवाला प्यारी झाली व स्वर्गवासीही झाली. म्हणजे विष्णूला पत्नी म्हणून आवडली व विष्णू बरोबर गरुडावर बसून तिने पृथ्वीवरचा स्वर्ग— अमेरिका— गाठली. तरी ती न चुकता दर वर्षी आपल्या घरट्याकडे परतत असते व आमच्या वार्षिक आनंदोत्सवाला हजर असते.

एकदा माझ्या चुकलेल्या उत्तरावर 'तुला जोड्याने मारीन' अशी धमकी मास्तरांनी मला दिली होती. 'जोड्याने मारेन' याचा मला अभिप्रेत असलेला अर्थ म्हणजे 'नवरा-बायकोनी मिळून मारणं' असा होता. म्हणून मी सरांना म्हटलंसुद्धा, 'सर, यात मास्तरीणबाईंना कशाला त्रास देताय?' यावर मराठीच्या मास्तरांचा चेहरा जोड्याने मारल्यासारखा झाला होता. तेव्हा आचार्यने मला 'जोडा म्हणजे पायातला जोडा हे लक्षात ठेव' असं बजावून सांगितलं होतं. त्यामुळे व डोक्यावर अनेकदा बसलेल्या अगणित जोड्यांमुळे 'जोडा' हा शब्द त्याच्या अर्थासह माझ्या डोक्यात फिट बसला होता. पुढे कांता व मनमोहनजींचा जोडा लक्ष्मीनारायणासारखा आहे असं मेधा म्हणाली. मग मी तिला म्हटलं, "तू लक्ष्मीनारायणाचा जोडा केव्हा पाहिला होतास हे मला माहीत नाही पण कांताचा जोडा तुझ्या चांगलाच लक्षात राहिलेला दिसतोय!" सगळे म्हणतात या जोड्यातले दोघंही एकमेकांस अगदी अनुरूप आहेत. मला एका गोष्टीचा अजून उलगडा झालेला नाही. एका जोड्याच्या जोडीमध्ये विजोड जोडे कसे असू शकतात? मी मित्रांना म्हटलं, "मी तर असा चमत्कार अजून पाहिलेला नाही."

यावर मित्रांचं भाष्य— 'तू कथाकथनाचा कार्यक्रम कर. त्यानंतर असे बरेच विजोड जोडे तुझ्याकडे जमा होतील!'

कांताला मी आमच्या सहलीला येण्यासाठी आग्रह केला असता ती म्हणाली, "मला जमेल की नाही शंकाच आहे. मी नुकतीच 'हिमालयकी गोद में' जाऊन आले." तिला सिमला, कुलू, मनाली म्हणायचं होतं! पण माझ्या सुपीक मेंदूला काही हा संदर्भ लागेना. शेवटी न राहवून मी तिला विचारलंच, "जिजाजींचं टोपण नाव तर हिमालय नाही ना?"

आमच्या गटातल्या महिलामंडळात चर्चा चालू होती. सगळे कोणकोणता प्रदेश पाहिला हे तपशीलवार सांगत होते. कुणी म्हटलं, मी केरळ पाहिला, कुणी सांगितलं मी काश्मीर पाहिला. आमची एक मैत्रीण संभाषणात फारशी भाग घेत नव्हती. तिला सगळे विचारत होते, "प्रभावहिनी, तुम्ही काय काय पाह्यलंत?"

मी न राहावून म्हटलं, "अरे त्यांना काय विचारतोयस? त्यांनी आख्खा भारत पाहिला आहे."

सगळीकडे एकदम शांतता पसरली. फार नंतर मला त्याचं कारण कळलं. त्यांच्या यजमानांचं नाव भारत आहे!

मी आमच्या आनंदोत्सवासाठी गोव्यास गेलो असता एक बूट खूप घासाघीस करून विकत घेतला. विक्रेत्याने सांगितलेली तीन हजार रुपयांची किंमत मी सातशे रुपयांपर्यंत खाली आणली. मोठ्या खुशीत सुषमाजवळ माझ्या व्यावहारिक कौशल्याची बढाई मारत मी ती बातमी सांगितली. पण पणजी-औरंगाबाद प्रवासात घातलेला तो बूट औरंगाबाद येईपर्यंतच टिकला. औरंगाबादच्या प्लॅटफॉर्मवर माझ्या पायाला उन्हाचे चटके बसायला सुरुवात झाली. त्या पणजीच्या महाभागाने मला सपशेल बनवलं होतं. त्यानंतर बरेच दिवस सुषमा गाणं गुणगुणत होती, 'तारीफ करू क्या उसकी जिसने तुम्हे बनाया!'

माझे लेख फेसबुकवर प्रसिद्ध झाल्यावर वाचकमित्रांच्या खूपच चांगल्या प्रतिक्रिया आल्या. काही म्हणाले 'It is a feather in your cap'. अशी बरीच 'पिसं' मला मिळाल्याने मी 'पिसा'ळलो. मला 'पिसं' लागल्यासारखं झालं.

एक स्नेही म्हणाला, 'हा लेख खरोखरच 'मास्टरपीस' आहे.' खरं सांगतो. मास्टरपीसचा मला आतापर्यंत माहीत असलेला अर्थ वेगळाच होता. शाळेत असताना आम्ही दौलताबादच्या सहलीला गेलो होतो. तेव्हा एक शिक्षक घाईघाईने झुडपाआड जाऊन परत आले. परतते वेळेस त्यांना पँटची बटणं लावताना पाहून माझा एक मित्र उद्गारला यालाच 'मास्टर पिस' (master piss) म्हणतात. सर सारखं म्हणायचे, 'मुलांनो, आज माझं डोकं दुखतंय. वर्गात जरा 'पीस' (peace)-ठेवा' पण माझा गलका चालूच असायचा. माझ्या उपद्व्यापामुळे सर मला नेहमी पत्त्यातल्या पानांसारखं 'पिसू'न काढायचे. एकदा सरांनी माझ्या बाबांना शाळेत बोलवायला सांगितलं. माझी पाचावर धारण बसली. मी घाबरून विचारलं, "बाबांना कशाला बोलावता सर?"

सर म्हणाले, "काही नाही रे, 'पीस' -piece -असा असेल तर ठाण कसं असेल हे बघायचं होतं!" त्याप्रसंगी बाबांच्या हाताच्या रेंजबाहेर राहण्यासाठी मी 'पिसा'ट पळत सुटलो व माझ्या सवंगड्यांनी मला 'पिसाळा' (वेड्या)सारखं जेरबंद करून आणलं. त्या वेळी पाठीवर मिळालेल्या वेगळ्याच शाबासकीमुळे मी 'पिसा'च्या मनोऱ्यासारखा बरेच दिवस एका बाजूला झुकलेला राहिलो.

अशा तऱ्हेने माझ्या 'पीस' या शब्दाचा विविध अर्थी पिसारा उलगडत गेला.

माझ्या लेखावरची आणखी एक प्रतिक्रिया- या लेखामुळे तुमच्या 'शिर'पेचात आणखी भर पडली. ते वाचून मला आमच्या सरांची आठवण झाली. सरांनी विचारलेल्या प्रश्नांना काय उत्तर द्यावं या विवंचनेने माझं 'शिर' नेहमी पेचात असायचं. यालाच सर 'शिरपेच' म्हणायचे. तुमच्या शिरपेचात दिवसेंदिवस भरच पडत आहे असं म्हणून ते माझं कौतुक करायचे. तू तसा 'शिर'जोर आहेस मग तुझा 'शिर जोर' - डोक्याचा जोर अभ्यासात का कमी पडतोय, अशी ते नेहमी कोटी करायचे. मी एवढे 'शिरा' ताणून शिकवतो, तरी तुझ्या 'शिरात' का शिरत नाही असा त्यांना नेहमी शिरपेच पडायचा. वर्गात 'शिर'ल्याबरोबर त्यांची नजर माझं 'शिर' कुठं दिसतं यावर असायची. दर तासाला त्यांच्या प्रश्नांमुळे मला शिरपेच पडायचे. एकदा 'शिरके' गुरुजींनी मला व शिरीषला बालकवींची 'निर्झरास' कविता म्हणून एकेका ओळीचा अर्थ सांगायला सांगितला. ती आज्ञा 'शिर'सावंद्य मानून मी सुरुवात केली. मी— 'श्रावण मासी हर्ष मानसी हिरवळ दाटे चोहिकडे.

मावि (माझं विवेचन-) श्रावणबाळाच्या अंध आईला बरं वाटावं म्हणून हर्ष व मानसीने सगळीकडे हिरवळ आहे असं खोटंच (दाटून) सांगितलं.

शिरीष— 'क्षणात येते सर सर शिरवे क्षणात फिरूनी ऊन पडे'.

शिवि (शिरीषचं विवेचन)— 'ते ऐकून एका क्षणात सरांच्या अंगावर सरसर शहारे येऊन परत एकदा ते गरम (ऊन) झाले.

बालकवी ठोंबऱ्यांच्या कवितेचं बालक ठोंब्यांनी केलेलं हे रसग्रहण पाहून बालकवींना स्वर्गातसुद्धा ठसका लागला असेल!

आमची प्रकांड व 'शिरा'ळ विद्वत्ता पाहून सरांना चक्कर आल्यानं आमची पुढील अप्रिय घटनांपासून सुटका झाली. सर म्हणायचे, 'तुम्हाला शिर हा अवयव नसल्यामुळे तुम्ही शिर नसलेल्या मुरारबाजीसारखे आमच्या कानांवर वार करत असता. तुम्हाला हेडमास्तरांकडे नेऊन तुमची चप्पी केली पाहिजे.'

मी म्हणालो, 'सर, मागच्याच महिन्यात झालेल्या मुंजीत हेडमास्तरांनी (हजाम) माझी चप्पी केली होती!'

शि'शिर' ऋतूत झालेल्या परीक्षेतली माझी गुणसंख्या पाहून बाबांच्यासुद्धा बाहूत 'शिर'शिरी यायची. त्यामुळे माझं 'शिर'काण होऊन त्याचं रूपांतर 'शिर'वळात (डोक्यावरचे वळ) व्हायचं. घरातील 'शिर'डीच्या साईबाबांच्या तसबिरीसमोर होणारा माझा शिरच्छेद आईच्या हस्तक्षेपामुळे लांबणीवर पडायचा. माझ्या दुखऱ्या 'शिरां'वर हळुवार हात फिरवून ती मला 'शिरा' खाऊ घालायची व मला तात्पुरता शिरवळांचा विसर पडायचा.

माझ्या मार्कांची सरासरी पाहून सरांच्या मुखातून अपशब्दांच्या सरीवर सरी बाहेर पडायच्या. त्यांना आम्ही 'सरासरी' (सरांच्या सरी), असं नाव दिलं होतं. या सरासरी

संकलित करून प्रसिद्ध केल्यास शिव्यांचा एक सुरस ग्रंथ तयार होईल व मराठी वाङ्मयात असलेली एक उणीव भरून निघेल.

आमचे गोपाळराव नावाचे सर मधूनमधून घरी येऊन बाबांना दर्शन द्यायचे व माझ्या अभ्यासातील अधोगतीबद्दल त्यांना कानमंत्र द्यायचे. सदाचाराच्या मार्गावर कसं चालावं, अभ्यास कसा करावा, याबद्दल लांबलचक कंटाळवाणं प्रवचन आम्हाला ऐकावं लागायचं. एका रविवारी आमची क्रिकेट मॅच होती. मी घरून निघणार तेवढ्यात सरांची स्वारी आली. नेहमीप्रमाणे त्यांचं उपदेशामृत लांबत चाललं. माझी चुळबुळ चालूच होती. मी आयडिया केली. शेजारच्या मित्राला घरी बोलावलं व सरांची ओळख करून दिली, 'वा! अरुणोदयच झाला की! सर, हा माझा मित्र अरुण, आमच्या आजच्या मॅचचा कॅप्टन आहे.'

या ध्वनिलहरी सरांच्या कर्णपटलावर व्यर्थ आघात करून परत फिरल्या.

मी दुसरी युक्ती केली.

मी शेजारच्या खोलीत गेलो. कॅसेटप्लेअरवर गुरुजींना ऐकू जाईल अशा आवाजात संत तुकडोजी महाराजांचं गाणं सुरू केलं—

'चला उठा अरुणोदय झाला...'

तरी सरांच्या मेंदूतला एकही न्यूरॉन ॲक्टिव्हेट झाल्यासारखा वाटला नाही.

त्यांच्या मुखातून उपदेशाचा नायगरा अव्याहत चालूच राहिला. मग मी खराब झालेली व तेच ते वाक्य परत परत म्हणणारी एक सी डी सुरू केली,

'ऊठी ऊठी गोपाळा, ऽ ऽ ऊठी ऊठी गोपाळा ऽ ऽ' असा सारखा धोशा सुरू झाला. ही मात्रा मात्र बरोबर लागू पडली. गोपाळराव लगेच उठले व माझी क्रिकेट मॅच नंतर निर्विघ्न पार पडली.

पुढे मीसुद्धा वैद्यकीय महाविद्यालयात 'सर'की (पाटलाची जशी पाटीलकी तशी सरांची सरकी) केलेली आहे. माझे विद्यार्थी म्हणत, 'सर, तुम्ही या पेशात राहण्याची दोन कारणं आहेत. एकतर 'सर' झाल्यावर तुम्हाला 'सरसर' प्रमोशन मिळालंय. दुसरं म्हणजे तुम्हाला 'सर'की आवडते.'

माझे सवंगडी मला सरपंत म्हणत (म्हणजे इंग्रजीत Serpent!). माझ्या विद्यार्थ्यांनी मला सरनौबत असा किताब दिला होता. प्रारंभी मी हे ऐकून खूश झालो होतो. पण नंतर माझ्या सहकाऱ्याने त्याचा विग्रह 'सर नावाची नौबत' असा केल्याने माझा आनंद फारच थोडा काळ टिकला. मी एमबीबीएस ला परीक्षक होतो. त्यामुळे मुलं म्हणत, 'पास होण्यामध्ये आम्हाला 'सरां'चा अड 'सर' आहे.' एकाने मला परीक्षेआधी मोत्याचा 'सर' देऊन 'सर' करायचा प्रयत्न केला होता. मला खूश करण्यासाठी विद्यार्थी बऱ्याच स्तुतिपर कॉमेंट्स करत.

'आम्ही सरांच्या विषयातील नैपुण्याला व विनोदांना चांगले 'सरा'वलो आहोत.'

'सरां'चं शिकवणं म्हणजे 'सरसर' येणारी पावसाची 'सर', तिचा शिडकावा सुखद असतो.'

सरांच्या शिकवण्याला कशाचीच 'सर' येणार नाही. काय 'सर'कन फळ्यावर 'सर' आकृती काढतात!

सर 'सर'ते शेवटी प्रश्न विचारून आम्हाला विषय समजलाय की नाही याची नेहमी खात्री करून घेतात.

'ए बाजू 'सर'की, मुझे लेक्चरको जाना है.'

'सर'की (सरांची) 'सर'की (सरपणा) इतनी अच्छी है की 'सर' की बत्ती तुरंत सुलग जाती है।'

'सर'णावर चढलेला माणूस पण सर औषधोपचाराने परत आणतात.'

एक म्हणाला, 'तू बाजूला 'सर', मला 'सर'कारनामे सांगायचे आहेत. (सरांचे कारनामे)'

अशा रीतीने माझे बरेच सरकारनामे- सर म्हणून कारनामे- प्रसिद्ध आहेत! यथावकाश तुमच्या कानावर येतीलच!

◆

माझं पाषाणयुग

मी आठवीत इंग्रजी माध्यमात प्रवेश घेतला तेव्हा ४२ जणांची तुकडी होती. त्यांतले चार जण सुरुवातीलाच तुळपुळे सरांच्या छडीने पळवले. आठवीच्या वार्षिक परीक्षेत सहा जण धारातीर्थी पडले. मी महत्प्रयासाने पैलतीराला लागलो. गणितं इंग्रजीत असायची त्यामुळे त्यांचा अर्थच समजत नसे. मग सरांना मराठीत अर्थ सांगा म्हणून गळ घालावी लागे. पहिल्या तिमाही परीक्षेत दोन जणच पास झाले. बाकीच्यांचं पासिंग ईश्वरीप्रसादच्या इतिहासात जमा झालं. भूगोलात गोल पृथ्वी मिळाली. इतिहासाच्या तासाला सरांनी प्लासीची लढाई विचारली की आमचं पानिपत व्हायचं. चंद्र, ताऱ्यांबद्दल प्रश्न विचारला की बुद्धीला ग्रहण लागायचं. केमिस्ट्रीत सॉल्ट विचारला की डोक्यात अकलेचा पी पी टी तयार व्हायचा. बायलॉजीमध्ये ब्लड ट्रान्सफ्यूजन विचारलं की वाटायचं कुणीतरी ज्ञानाचं ट्रान्सफ्यूजन शोधून काढावं. फिजिक्समध्ये हवा सर्वव्यापी असते, हे शिकवताना सरांनी माझ्या डोक्याचा उल्लेख करून सोदाहरण स्पष्ट केलं तेव्हा वर्गात झालेला टाळ्यांचा गजर अजून टाळक्यात घुमतोय.

मला सरांनी माझ्या उंची व चाळ्यांवरून 'पोरबंदर' हा किताब दिला होता. माझा किताबाशी- पुस्तकाशी- या किताबापुरताच संबंध होता.

इंग्रजीच्या तासात मी आउटस्टँडिंग असायचो (सरांनी वर्गाबाहेर हाकललेले असायचे). बहुतेक विषयात ऑलराउंडर होतो- राउंड मार्क होते. ग्रेसफुली (ग्रेसने) पास व्हायचो. मला सर तिसमार्कखाँ म्हणायचे.

कारण माझ्या सर्व विषयांच्या मार्कांची बेरीज तीस होती. मी पण सरांना तिसमारखाँ म्हणायचो कारण सर्वच्या सर्व तीस जणांना ते मारायचे. माझ्या शारीरिक व अभ्यासातील उंचीत फारसा फरक नाही असं सर नेहमी म्हणायचे. माझी उंची कमी असल्याने समोरील बाकावर बसावं लागे. माझ्या कमी असलेल्या शारीरिक उंचीमुळे सरांचे शब्द डोक्यावरून जातात असा मी सोईस्कर समज करून घेतला होता. पण सर माझ्या बौद्धिक उंचीशी त्याचा संबंध जोडायचे. तुळपुळे सरांनी होमवर्क दिला की मी दुसऱ्या दिवशी गैरहजर राहिलोच म्हणून समजा. एक मजेदार किस्सा : एके दिवशी होमवर्क न करण्याचं कारण सरांनी विचारलं.

मी- "सर, I was absent yesterday."

सर- "Bring a note from your father tomorrow."

मी- "सर, They are out of station."

सरांची हसता हसता पुरेवाट झाली

सर- How many fathers do you have?

झालं होतं काय की आपण वडिलांना मराठीत आदरार्थी बहुवचन वापरतो त्याचं हुबेहूब भाषांतर करून (ते चं they) मी इंग्रजी वाक्य फेकलं होतं!

आमच्या वर्गात मुलं डावीकडे व मुली उजवीकडे बसायच्या. एकाच वेळी दोघांवर लक्ष ठेवता यावं म्हणून देवाने आमच्या एका सरांना खास दृष्टी बहाल केली होती. पहिले दिवशी सर वर्गावर आले. त्यांच्या या अजब दृष्टीप्रावीण्यामुळे आमचा गोंधळ उडाला. त्यांची वर्गावर चौफेर नजर फिरली व आमच्या लक्षात त्यांचं दृष्टिचापल्य आलं. त्यांच्या जिभेचा काटा भराभर बत्तीस घरांचा प्रवास करून आला व संथ आवाजात गजर सुरू झाला. आमच्या कर्णपटलावर पाढे आघात करू लागले. सरते शेवटी सरांनी प्रश्न विचारले,

'नवा सत्ते किती?' मला वाटलं माझ्या बाजूच्या विलासला विचारलंय म्हणून त्याच्याकडे पाहत होता, तेवढ्यात सरांनी जवळ येऊन माझ्या गालावर जोराची टाळी वाजवली, 'का रे उत्तर येत नाही का तुला?' नंतर माझ्याकडे पाहून विचारलं, 'एकोणीस पंचे किती रे?' मी बरोबर उत्तर दिलं. सरांनी जवळ येऊन मलाच प्रसाद दिला, 'तुला कोणी विचारलं होतं रे? उकडगांवकर, तू सांगू नकोस आता. सांगा रे, एकोणतीस त्रिक किती?' एव्हाना नजरेचा बऱ्यापैकी अंदाज आला होता. म्हणून डावीकडील गोविंद जोशीकडे पाहत बसलो. परत माझ्याच कानशिलात बसली.

सात्त्विक संतापाने मी विचारलं, 'सर, आता माझं काय चुकलं?'

सर म्हणाले, 'अरे, तुला मारलं होय मी?' या प्रसंगानंतर या सरांनी केलेल्या प्रत्येक शिक्षेला आम्ही 'नजरा'णा म्हणायचो. माझ्या आकलनशक्तीबद्दल अनेक किस्से मित्रमंडळात चर्चिले जातात. एकदा आई-बाबा गावाला गेले होते. घर

संभाळण्याचं काम माझ्यावर व स्टंपीवर- आमचा कुत्रा- सोपवलं होतं. मी मित्रांना म्हटलं, 'स्टंपीला संभाळणं मोठं अवघड काम आहे रे बाबांनो!'

मित्र म्हणाले, 'तुझे आई-बाबा दोन स्टंपींना कसे संभाळत असतील बघ!' मला दुसरा स्टंपी कोण हे कळायला दोन वर्षं लागली.

इंग्रजीत मोहन, बालन, सीलन व तारा ही चार पात्रं होती. पैकी मोहन हेच नाव ऐकिवात होतं. बाकी बालनचा शोध आत्ता आत्ता सिनेमामुळे लागला. सीलन अद्याप भेटायचाच आहे. मराठीत 'आकाशातील तारा' हा पुल्लिंगी असलेला शब्द मुलींचं नाव ठेवण्यासाठी का वापरतात, हे कोडं मला अजून उलगडलं नाही! 'जॅक अँड जिल' कविता पाठ न झाल्यामुळे जेवढा मार मला खावा लागला, तेवढा जॅकला व जिलला उंचावरून पडल्यामुळेही लागला नसेल. Direct आणि indirect स्पीचचा अर्थ मला सरांनी विचारला तेव्हा मी सांगितला तो असा- बायको नवऱ्याला बोलते ते डायरेक्ट व सुनांना बोलते ते इनडायरेक्ट (लेकी बोले, सुने लागे) हे अजब अनोखं उत्तर सुनून सर सुन्न झाले. मला टिबडीवाला एकदा 'अकलमंद' म्हणाला तेव्हा मी भयंकर चिडलो होतो व सरांकडे 'हा माझी अक्कल मंद आहे असं म्हणतोय' अशी तक्रार केली. सरांनी का कपाळावर हात मारून घेतला हे कळायला बरीच वर्षं लागली. माझा शाळेत प्रवेश होण्यापूर्वी आमच्या शेजारच्या देसाई काकांनी मला उपदेश केला होता, 'बेटा, स्कूल जाकर बहोत पढो, जितनी जादा शिक्षा लोगे उतना नाम कमाओगे.' माझ्या आकलनशक्तीनुसार मी जास्तीत जास्त शिक्षा मिळवण्याचा प्रयत्न केला. किंबहुना शिक्षा पटकावण्यात माझा अव्वल क्रमांक असे. सरांनी फळ्यावर शिकवलेला अभ्यास सहसा माझ्या दृष्टीसच पडत नसे; कारण मला एकतर देशपांडे सरांनी वर्गाबाहेर काढलेलं असे किंवा गोसावी सरांनी भिंतीकडे तोंड करायला लावलेलं असे; बिखान सरांच्या तासाला 'ले घोडी' असे किंवा कमलाकर सरांनी माझा कोंबडा केलेला असे. कान पकडणे, उभे राहणे, उठाबशा काढणं, तोंडावर बोट ठेवणं या गोष्टींशिवाय माझा दिवस सुना जात असे. चापट, पाठीतील गुद्दा, कानपिळी वा बगलेतला चिमटा या शिक्षांमुळे माझ्यापेक्षा जास्त शारीरिक इजा सरांना व्हायची. वेताची छडी खाण्याचं माझं टेक्निक जरा वेगळं होतं. छडी निसटती लागावी म्हणून केसांना लावलेलं तेल हातांना चोपडायचं, निसटता वार लागावा म्हणून हात चटकन मागे घ्यायचा, मार ओझरता लागला असला तरी खूप वेदना होत असल्याची बतावणी करायची म्हणजे पुढील छडी मिळत नाही, हे अनुभवाअंती शिकलो होतो. सर्वांत दुःख व्हायचं खिशातल्या गोट्या, भोवरा किंवा विट्टी जप्त झाल्यावर. माझ्या शब्दसंग्रहात रेम्याडोक्या, अकलेचा कांदा, नर्मदेतला गोटा शब्दांची अगदी लहानपणीच भर पडली. कांदे-बटाटे, रताळे, माठ या खाद्य पदार्थांचा माझ्याशी नेहमी संबंध जोडला जायचा. दिवे

लावणं व उजेड पाडणं, ही दोन महत्कार्यं मी नेहमीच करायचो. नळी फुंकिली सोनारे, पालथ्या घड्यावर पाणी, ...पुढे वाचली गीता, ये रे माझ्या मागल्या यांसारख्या म्हणी वारंवार कानावर पडायच्या. माझ्या डोक्यात कांदे-बटाटे, भुसा, दगड यांपैकी नेमकं काय असावं, याबाबत शिक्षक वर्गात एकमत नव्हतं. एक लांब कानाचा प्राणी व दुसरा यमराजाचं वाहन हे दोघंही माझे आप्त असल्याची माहिती सर नेहमी सांगत. इतिहास, भूगोल, विज्ञान, गणित व भूमिती ही पंचमहाभूतं माझ्या मानगुटीवर बसलेली असायची. या पाचही विषयांतले प्रश्न माझी पाचावर धारण बसवायचे.

मी परीक्षेत कवितांच्या श्रेयनामावलीत केलेले बदल सरांना अजिबात रुचायचे नाहीत. नेपोलियननं जगाचा इतिहास व भूगोल बदलला तसा मी पण प्रयत्न करायचो, म्हणून मला सर नेपोलियन म्हणायचे. गणित सोडवायची माझी अगदी ओरिजनल पद्धत सरांना माहीत नसल्यानं त्यांच्या व माझ्या उत्तरात तफावत यायची. सरांचा तिळपापड व्हायचा. पण त्यामुळे भारत एका थोर गणितज्ज्ञाला मुकला. मला कवी ग्रेस म्हणून संबोधत. कारण मी 'कविते'च्या मागे असायचो व ग्रेसनं पास व्हायचो. इतिहासाचा पेपर हातात आला की डोक्यात विचारांची लढाई सुरू व्हायची व आमचं परीक्षेत पानिपत व्हायचं. वर्ल्ड वॉरची कारणं देताना माझ्या टाळक्यात घमासान वर्ड वॉर चालू असायचं. शिवरायांच्या सगळ्या लढाया मला खिंडीत गाठून पावन करायच्या. सुरतचा खजिना विचारला की आमची सूरत उतरायची. महम्मद तुघलक व महम्मद गझनी यांच्या कालखंडाची व कर्तृत्वाची मी पेपरमध्ये अदलाबदल केली. माझ्या अभ्यासातील विलक्षण गतीमुळे सर नेहमी माझ्यासाठी 'बोला महाराज' हे आदरार्थी बहुवचन वापरीत. 'आमच्या मासाहेब अशाच सुंदर असत्या तर' बद्दल माहिती लिहिताना भविष्यात आमच्या मुलाच्या डोक्यात 'आमचे पिताश्री असेच हुशार असते तर...' असा विचार येईल का अशी शंकेची पाल चुकचुकायची. खर्ड्यांची लढाई लिहिताना खरडायची लढाई व्हायची. भूगोलात पृथ्वीपेक्षा मोठा गोल पेपरवर सरच काढायचे. खारे वारे-मतलई वारे, खरीप-रब्बी पिकं यांमधला गोंधळ अजूनही डोक्यात वावटळीसारखा घुमतो आहे. विषुववृत्त, कर्कवृत्त लिहिताना आपल्या मार्कांचं वृत्त बाबांपर्यंत पोचलं तर काय होईल, याचीच धास्ती असे. गृहताऱ्यांबाबत परीक्षेत प्रश्न आला की माझे ग्रह फिरायचे व डोळ्यांसमोर तारे चमकायचे. सूर्य, चंद्र व पृथ्वी एका रेषेत आले की ग्रहण लागतं, हे मला पक्कं कळलं होतं. पण नेमकं कोण कोणाच्या मध्ये कडमडलं की कोणतं ग्रहण लागतं याचा गोंधळ उडायचा. माझ्या ग्रहणाबाबतच्या ग्रहणशक्तीला लागलेलं ग्रहण काही केल्या सुटत नव्हतं. माझ्या उत्तरपत्रिकेत एखादं बरोबर उत्तर शोधणं कोलंबसाला पण अवघड गेलं असतं. मसाल्याच्या

बेटावर झाडालाच डायरेक्ट मसाले लटकत असतील, असा माझा बरीच वर्षं समज होता.

मी अभ्यासात सुधारणा व्हावी म्हणून नाना प्रयत्न केले. रात्री अभ्यासासाठी रस्त्यावरच्या दिव्यांचा आधार घेतला. (त्या काळी सलमानखान नसल्यामुळे मी बिनधास्त होतो) ज्ञानप्राप्तीसाठी बोधिवृक्षाचा आधार घेऊन पाहिला. न्यूटनसारखं ॲपलच्या झाडाखाली दिवस दिवस मुक्काम ठोकून बसलो. आर्किमिडीजसारखी बादली वापरून झाली; पण 'युरेक्का' काही जमलं नाही. माझ्या प्रगतिपुस्तकावरील लाल रेषा ध्रुवताऱ्याप्रमाणे अढळच राहिल्या. काहीतरी मार्ग सुचेल म्हणून गॅलिलिओ प्रमाणे तासन्‌तास आभाळाकडे नजर लावून बसायचो. पण त्याच्या दुर्बिणीनं पाहूनसुद्धा माझ्या हुशारीचा मागमूस लागणार नाही, असा सरांचा ठाम विश्वास होता. बुद्धीत तरतरी आणण्यासाठी केसांना बशह्मी तेलाचा अभिषेक केला. महिनाभर रोज बदामाच्या शिऱ्याचा रतीब लावला. शंखपुष्पीचा किलोंनी वापर केला; पण सर्व विषयांच्या मार्कांतील शंख मात्र तसाच कायम राहिला. गणनायकाला साकडे घातले. सरस्वतीची मनोभावे आराधना केली. 'कविते'कडे दुर्लक्ष करून आरतीच्या मागे लागलो. म्हणजे पुस्तकातील कविता मुखोद्‌गत करण्याऐवजी 'सुखकर्ता दुःखहर्ता'च्या मागे लागलो. वर्गात ऐकलेलं निसटून जाऊ नये म्हणून एका कानात कापसाचा बोळा कोंबायचो! गणितातली प्रगती तर कासव छाप होती. मला शेरे क्लास (शेर ए क्लास) ही उपाधी प्राप्त झाली होती त्याचं कारण म्हणजे पाढ्यांच्या बाबतीत मला मिळालेले शेरे! पहिले पाढे पंचावन्न, नन्नाचा पाढा, तक्रारींचा पाढा हे स्पेशल पाढेच माझ्या वाट्याला येत. काळ-काम-वेगाची उदाहरणं आमचा कर्दनकाळ होती. बरं परीक्षेत कॉपी करण्यात धोका होता. कारण अज्ञानाबाबत माझे सवंगडी माझ्यापेक्षा वरचढ होते. नाही म्हणायला मी वर्गात एकदा पहिला आलो होतो त्याचं कारण म्हणजे, इतर चार विषयांत नापास होते तर माझी फक्त तीनच विषयात गटांगळी होती. आम्हा सवंगड्यांच्या मार्कांमध्ये झब्बूचा खेळ चालायचा. एकमेकाला सगळे कोरायचा प्रयत्न करायचे. पाय (Π) असलेली गणितं हमखास पाय ओढायची. आर्यभट्टानं शून्याचा शोध लावून भले जगाचा फायदा केला असेल; पण माझं मात्र अतोनात नुकसान केलं. बीजगणिताचं बीज काही केल्या माझ्या सुपीक डोक्यात रुजलं नाही. शिवरायांनी काबीज केलेल्या गडांची सनावळ काही मला काबीज करता आली नाही. Equations बॅलन्स करण्यापेक्षा डोंबाऱ्याचा तारेवरचा बॅलन्स सोपा असेल, असं वाटायचं. गणित, इतिहास-भूगोल, विज्ञान, इंग्रजी विषय ऐच्छिक ठेवावेत, असं माझं मत मी मित्रांना ऐकवलं तेव्हा तुला शालेय शिक्षणच ऐच्छिक ठेवलं असतं तर बरं झालं असतं, असं त्यांचं म्हणणं पडलं. माझ्या मुलखावेगळ्या विचारांना गवसणी घालण्याचे खूप प्रयत्न झाले.

मोठमोठ्या न्युरोलॉजिस्टना आव्हान दिलं गेलं. एका डॉक्टरांनी तर 'येथे ओशाळला डॉक्टर' हे पुस्तक लिहिलं. वैद्यांची कोणतीही मात्रा चालली नाही. पण मी कधी नाउमेद झालो नाही. कारण ह. ना. आपटे, बिल गेट्स हे माझे आदर्श होते. माझा फॉर्मल शिक्षणापेक्षा व्यवहारातील प्रॅक्टिकलवर जास्त भर होता. शाळेत गणितात भोपळा मिळाला तरी आयुष्याच्या गणितात जास्त मार्क मिळवेन, असा विश्वास होता. जीवनाचा ताळेबंद चोख ठेवून मी सर्वांना व शिक्षकांना निरुत्तर करायचं ठरवलं होतं. खरं तर मला वेगळंच समीकरण मांडायचं होतं - Educational brilliance is inversely proportional to success in life.

पण शेवटी माझ्या अशा विचारांच्या अबलख वारूला शालान्त परीक्षेनं लगाम घातला. अभ्यासाचं जहाज तीन वेळा मॅट्रिकच्या खडकावर आपटून फुटलं. इंग्रजी माध्यमातील आमच्या भरतीमुळे आधीच असलेल्या हुशारीला (?) ओहोटी लागली. हायस्कूल शिक्षणासाठी तिनाऐवजी पाच वर्षं लागली. या कालखंडाला सरांनी गमतीनं 'पाषाणयुग' असं नाव दिलं होतं. अशा तऱ्हेनं माझ्या आयुष्यातल्या एका खडतर प्रवासाची सांगता झाली. माझ्या बालबुद्धीला पडलेले काही प्रश्न अजूनही अनुत्तरित आहेत. मूर्तिकाराला पाषाणातून छान मूर्ती घडवता आली नाही त्यात पाषाणाचा काय दोष? संगीतकाराला सुश्राव्य संगीत निर्माण करण्यात येणाऱ्या अपयशात सप्तसुरांची काय चूक? माळ्याला सुंदर फुलांचा हार गुंफता आला नाही तर हार फुलांची कशी म्हणता येईल? असो.

ही अस्मादिकांची साठाउत्तरी कहाणी विनाउत्तरी असफल अपूर्ण!

◆

माझं पाठ्यपुस्तक

माझ्या शरीरावर माझी मालकी असली तरी वहिवाटी हक्क आमच्या शिक्षकांचे होते. माझे गाल, कान, मानगूट, तळहात, पाठ इत्यादी भाग वेगवेगळ्या सरांनी आंदण घेतले होते. त्यांच्या वापराचे हक्क-पेटंट-ठरवून दिलेले होते. रोज एकदा तरी त्या त्या भागावर शिक्षेचा हक्क बजावून ते शिक्कामोर्तब करत असत. सरांच्या हाताचा बुलडोझर सराईतपणे केसांच्या रानात फिरून मोठ्या मेहनतीने पाडलेला कोंबडा नेस्तनाबूत केला जाई. एका हाताने टाळी वाजत नाही ही उक्ती सरांनी सपशेल खोटी पाडली. सरांच्या एकाच हाताने माझ्या गालावर जोरात टाळी वाजत असे. या प्रसादाला आम्ही लालूप्रसाद असं नाव ठेवलं होतं. गालावर रक्तिमा पसरण्याचं व कानशिलं गरम होण्याचं एवढं एकच कारण त्या वयात आम्हाला माहीत होतं. गालावरील लाली व पाठीवरील समांतर रेषा सरांच्या शाळेतील उपस्थितीची जाणीव करून द्यायच्या. कधी स्टाफरूममधलं मस्टर गहाळ झालं, तर शाळा सुटायच्या वेळी मुख्याध्यापक मला ऑफिसमध्ये बोलावून शिक्षकांची उपस्थिती माझ्या शारीरिक तपासणीवरून लावायचे. एका अर्थानं माझा बायोमेट्रिकसारखा उपयोग होई. मी हेडसरांचं अटेंडन्स शीट होतो. दिवसभरात एकदा तरी माझ्या अंगावर सगळे शिक्षक स्वाक्षरी करायचेच. गालावरची बोटं, मानगुटीवरचा अंगठा, तळहातावरचे वळ, बगलेत उमटलेली चिमट्याची खूण असे स्वाक्षरीचे विविध प्रकार होते. एकदा तर सरांनी साखरपुड्याच्या वेळी त्यांच्या अंगठीचं माप माझ्या गालावरून देण्यासाठी मला सराफाकडे

पाठवलं होतं! केवळ माझ्या गालाकडे पाहून बाबांनी माझ्या सरांना चारच बोटं असल्याचं अचूक निदान केलं होतं. सरांचा अंगठा व तर्जनी माझ्या मानगुटीवर स्पष्ट उमटलेली असत. सरांनी माझ्या कानाच्या खुंट्या पिरगाळल्या की माझ्या तोंडाचा तंबोरा बेसूर संगीत वाजवत असे. थोडक्यात म्हणजे शिक्षकांनी घेतलेल्या माझ्या हजेरीतून त्यांची हजेरी लागायची. एकदा तर धुण्यातील माझ्या चड्डीकडे पाहून मला आईनंही विचारलं होतं, 'काय रे, काल गोसावी सरांचा क्लास होता वाटतं!' तळहातावरच्या रेषा पाहून भविष्य बरेच जण सांगतात; पण माझ्या बाबतीत तळहातावर उमटलेल्या रेषा पाहून माझा भूतकाळ कळायचा. बहुतेक वेळा माझी पाटी कोरी असायची; पण पाठीवर सांकेतिक भाषेत मजकूर लिहिलेला असायचा. गुद्दा, बुक्के, चापट, चिमटे, वेत, दांडूच्या खुणा ही त्याची लिपी होती. ही भाषा फक्त ज्यांनी अनुभवली आहे, त्यालाच समजायची. पाठीवरच्या या मजकुरास आम्ही पाठ्यपुस्तक म्हणायचो. पाठ्यपुस्तक या शब्दाची व्युत्पत्ती कदाचित यावरूनच झाली असावी. असं प्रत्येक विद्यार्थ्याचं पाठ्यपुस्तक वेगळं असायचं. माझ्या पाठ्यपुस्तकाच्या नोंदी जास्त असल्यानं पृष्ठसंख्या साहजिकच अमाप होती.

भूमितीमध्ये एका सरळ रेषेवर लंब टाका असा प्रश्न सरांनी दिला की मी उत्तर द्यायला तास संपेपर्यंत विलंब लावायचो. पायथागोरसमध्ये कर्ण काढा म्हटलं की कर्णाच्या रथासारखं माझ्या गणिताचं चाक रुतून बसायचं. अशा प्रश्नांमुळे सरांकरवी माझे कर्ण लंब व्हायचे व लंबकर्णाच्या पंगतीत मला बसवले जायचे. अंकगणितात चक्रवाढ व्याजाचा चक्रव्यूह मी कधीच भेदू शकलो नाही. सिंपल इंटरेस्टच्या गणितात मी कधीच इंटरेस्ट दाखवला नाही. मी पेपरमध्ये असं वाचलं होतं की गरिबांना हाता-तोंडाची गाठ पाडण्यासाठी फार मेहनत करावी लागते. पण इथं तर रोज न चुकता मज गरिबाच्या तोंडाची सरांच्या हाताशी गाठ पडायचीच! आमच्या चित्रकलेच्या शिक्षकांच्या बोटातली जादू फळ्यावर उमटायची. इंग्रजीच्या सरांच्या बोटांतील जादू आमच्या गालावर चमकायची, तर गणिताच्या सरांच्या बुक्कीच्या जादूचा शिलालेख पाठीवर शोभून दिसायचा. इतिहासातून बोध घेतला पाहिजे असं सर नेहमी म्हणत. म्हणून मी टिळकांची बुद्धी व बाणेदारपणा आत्मसात करण्याचा प्रयत्न केला. टिळकांनी एकच शब्द (संत, सन्त, सनत) तीन वेगवेगळ्या प्रकारे लिहून सर्वांची प्रशंसा मिळवली होती. तसा मी' मोराचा पिसारा' या निबंधात पिस हा शब्द पाच प्रकारे लिहून सरांना दाखवला.

१) पिस

२) पीस

३) piece

४) peace

५) piss

वाटलं, सर जाम खूश होतील. पण सरांनी माझ्या पाठीवर इतके प्रहार केले की पाचव्या पिस प्रकाराचं प्रात्यक्षिकच घडून आलं! एकदा माझ्या मित्राने पाठमोऱ्या सरांना कागदी बाण फेकून मारला. माझं कानफाट्या असं नाव पडलेलं असल्यामुळे सरांच्या नजरेचा बाण माझ्या दिशेनं आला. सर मला मारण्याकरता आले तेव्हा मी टिळकांसारखं खणखणीत आवाजात सांगितलं, 'सर, मी खोडी केली नाही व मी छडी खाणार नाही.' मला वाटलं सर नक्की शाबासकी देतील. सरांनी माझी पाठ थोपटली खरी; पण अंमळ जोरानीच, तिचा आवाज बाजूच्या वर्गातही ऐकू गेला. 'उलट उत्तर देतोस, मग कुणी फेकला तो बाण?'

माझ्या अंगात खरं बोलणारे गांधीजी संचारले. म्हटलं, 'सर बाण मी तयार केला होता; पण फेकला आढेनी होता.' झालं. सरांनी ताबडतोब वर्गात माझी धुलाई केली व आढेनं शाळा सुटल्यावर वर्गाच्या बाहेर मला धोपटलं. कलामांसारखे दिसावे, व्हावे म्हणून मी केस वाढवले. त्यापायी सरांनी उलट माझीच हजामत केली. शेवटी माझ्या हेडवरच्या केसांची केस हेडमास्तरांकडे गेली. सरांनी विचारलं, 'इतिहास कशाशी खातात हे तरी माहीत आहे का तुला? सांग बरं, गांधीजींची 'असहकार चळवळ' म्हणजे काय? एखादं उदाहरण दे.'

'सर, मला कमी मार्क मिळतात म्हणजे अभ्यास माझ्याशी असहकार करतो. पेपर वाचून सरांना चळ लागतं. त्यामुळे माझ्या पाठीवर वळ उमटतात. याला चळवळ म्हणतात!'

झालं! नंतर सरांच्या झालेल्या तांडवामुळे आख्ख्या वर्गाची वाताहत झाली.

सरांनी माझ्याशी मार्कांचा असहकार पुकारला व माझ्याविरुद्ध 'चले जाव' चळवळ सुरू केली. मी पण माझी नेहमीची शाळेला दांडी ही चळवळ सुरू ठेवून उत्तर दिलं. 'फाळणीवर टीपा लिहा' असा एक प्रश्न होता. खुरप्यानं जमीन उकरणं म्हणजे खुरपणी, तसं फाळानं जमीन नांगरणं म्हणजे फाळणी, असं सामान्यज्ञान मी पाजळल्यानं सरांनी हात जोडले. सरांनी आम्हाला सांगितलं, 'मुलांनो, तीसपर्यंत पाढे वाचा व येत नसतील तर पाठ करा.' असं ऐकल्यावर एकजात सगळ्या वर्गानं गुपचूप नेहमीसारखी सरांकडे शिक्षेसाठी पाठ केली! आमची ही एकी वाखाणण्याजोगी होती! यावरूनच 'हम पंछी एक डालके' या सिनेमाची कल्पना सुचली असावी. आमच्या सरांचं मन मात्र फार मोठं होतं. ते नेहमी पोटावर नाही तर पाठीवरच मारायचे. माझं 'पाठांतर' फारच कमी होतं म्हणजे माझी पाठ व सरांच्या बुक्कीतलं अंतर फारच थोडं होई. इंटरनेटचं आजच्या युगातलं महत्त्व सर समजावून सांगत होते. ऑन लाइन राहण्याचं महत्त्व ठसवत होते. मी म्हटलं, 'सर, त्या बाबतीत आपला देश खूपच पुढारलेला आहे. आपल्याकडे खेड्याखेड्यात लोक रोज पहाटेच

ऑन लाइन असतात!' सरांच्या चेहऱ्यावरील बदलते भाव बघून घाईघाईनं मी पुस्ती जोडली, 'या लोकांना याचा 'विधि'निषेध नसला तरी मी या विधिमंडळाचा निषेध करतो.' सरांना चक्कर येऊन त्यांनी पाण्याचा व नंतर माझ्या नरडीचा घोट घेतला. या प्रसंगानंतर कित्येक दिवस मी 'विधीलिखित' हा शब्द उच्चारण्यास कचरत होतो.

इ मेल, इ कॉमर्स, इ क्लास गोष्टींचे फायदे सर सांगत असताना माझ्या एका लघुशंकेनं- छोट्या शंकेने- त्यांची वाचाच गेली. 'सर, इमोशन हा प्रकार त्यातच मोडतो का?' आम्हाला सहावीत 'अज्ञानातील आनंद' हा धडा होता. म्हणून मी जास्तीत जास्त अज्ञानी राहून आनंदी राहण्याचा प्रयत्न करायचो. सरांनी स्ट्रॉबेरीबद्दल माहिती सांगताना सांगितलं की, ही फळं अगदी जमिनीलगत असतात. ती खराब होऊ नयेत म्हणून बेरी व जमीन यांच्यामध्ये गवताचा (straw) थर ठेवतात. त्यामुळे त्यांना स्ट्रॉबेरी म्हणतात. माझ्या चौकस बुद्धीला राहवेना म्हणून मी लगेच प्रश्न विचारला, 'मग सर, मलबेरी हे नाव तसंच पडलं का?' सरांनी माझ्या प्रश्नाकडे दुर्लक्ष केल्याने माझ्या पाठ्यपुस्तकात नवी नोंद झाली नाही.

माझ्या एका हुशार मित्राचे वडील सरांना भेटायला आले होते. त्याच्या अभ्यासातील प्रगतीची चौकशी करून ते परत निघाले तेव्हाचे संभाषण—

'बरंय सर, मुलावर लक्ष असू द्या. आणि कधी आमच्या घरी आपले चरणस्पर्श होऊ द्या.'

मी कुजबुजलो, 'आम्ही तर सरांचं 'लक्ष्य' आहोतच व त्यांचा चरणस्पर्श रोजच आम्हाला होतो.' सरांना ते ऐकू गेलं तेव्हा त्यांच्या अंगात बशझीलचा पेले संचारला व सरांच्या चरणीची धूळ माझ्या पार्श्वभागाला लागली. माझ्या चड्डीवर सरांच्या बुटाचं माप दिसू लागलं.

प्रगतिपुस्तकावर पालकांची सही आणण्यासाठी मोठी मुत्सद्देगिरी करावी लागे. तीर्थरूप गावाला जाण्याचा मुहूर्त शोधावा लागे. मासाहेबांचा चश्मा तात्पुरता हायजॅक करावा लागे. ऐन शाळेत जायच्या वेळी आठवण झाल्याची बतावणी करावी लागे. 'शाळेत जायला उशीर होतोय, लवकर सही कर' अशी घाई करावी लागे. एका वर्षी छान मार्क मिळवून मी पास झालो. म्हणून बाबांना प्रगतिपत्रक दाखवलं. अनपेक्षितपणे बाबांनी माझ्यावरच हात साफ केले व कडाडले, 'बोल, कॉपी केली होतीस की नाही?' माझ्यातला गांधी जागा झाला, 'हो बाबा!' बाबांनी परत पाठ जोरात थोपटली, 'पुढील वेळी केलीस तर याद राख!'

'अहो बाबा, या वेळी नाही केली; पण मी पूर्वी नापास व्हायचो तेव्हा रणदिवेची कॉपी करायचो.' आता कुठे माझ्या इतके दिवसांच्या परीक्षेतील कूर्मगतीचं रहस्य माझ्या व त्यांच्या लक्षात आलं. बाबांनी मित्रपित्याकडे चुगली केली व शिक्षेचा

माहोल मित्राकडे शिफ्ट झाला. माझ्या पाठीचे दोन स्टिरिओ स्पीकर्सशी कनेक्शन होतं. आघातानंतर पाठीतून दोन वेगवेगळे आवाज निघायचे. प्रत्येक आवाजाची वेगळी खासीयत होती. पहिला आवाज ताबडतोब पाठीवरूनच निघायचा तो तबल्यासारखा घुमायचा. दुसरा आवाज किंचित विलंबाने तोंडातून निघायच, तो पेटीच्या काळी चार सारखा असायचा. या आवाजाचा परिणाम आमच्या सवंगड्यांच्या चेहऱ्यावर पुढील संकटाच्या भीतीने परावर्तितसुद्धा व्हायचा. आम्हाला बसण्यासाठी खिळखिळी झालेली बाकं होती. जगात कुठेही नसेल अशी एकमेवाद्वितीय शिक्षेची पद्धत आमच्या शाळेत होती. सरांच्या प्रत्येक प्रश्नानंतर आम्हाला दोन चिमटे बसायचे. पहिला चिमटा उत्तर देण्यापूर्वी उभं राहताना बाकाचा बसायचा व दुसरा चिमटा चुकीचं उत्तर दिल्यावर सरांचा बसायचा. बाकावर उभं राहण्याची शिक्षा झाली की पाय डगमगायचे. त्यात माराच्या भीतीबरोबर बाकाच्या वार्धक्याचाही बऱ्यापैकी हात होता. माझं अभ्यासाकडे लक्ष नसल्यानं मी सरांचं लक्ष्य असायचो. आम्हाला शिक्षा देण्यासाठी सरांकडे बरीच आयुधं होती- फूटपट्टी, तोंडपट्टा, कंबरेचा पट्टा, वेताची छडी, आरामखुर्चीतला दांडू, क्रिकेटचा स्टम्प इत्यादी. सरांच्या हस्तकलेतील वाखाणण्याजोग्या प्रावीण्यामुळे ही अस्त्रं सहसा म्यान केलेली असायची. पैकी तोंडपट्ट्यास आम्ही फारसं जुमानत नसू. फूटपट्टीने वहीऐवजी पाठ्यपुस्तकावरच जास्त नोंदी व्हायच्या. हाताच्या रेंजबाहेर असल्यासच सरांना कंबरेच्या पट्ट्याची मदत लागे. हे अस्त्र सर फारच काळजीपूर्वक वापरायचे. कारण एकदा ते अस्त्र सरांनी उगारलं असता त्यांच्या ढिल्या पँटमुळे मोठा बाका प्रसंग ओढवला होता! बसल्या जागेवरून शिक्षा करण्यासाठी सरांजवळ चार क्षेपणास्त्रं तयार असायची, खडू, खिशातील पेन व नाणं आणि डस्टर. नाणेफेक म्हणजे काय हे सरांकडूनच आम्ही प्रथम शिकलो. एकदा आमच्या सरांनी बापटवर डस्टरफेक केली होती. बापटने चतुरपणे डोकं बाजूला केल्याने मागे बसलेल्या दिवेकरचा कपाळमोक्ष झाला व रक्ताची धार लागली. ते पाहून दिवेकरपेक्षा सरांनाच जास्त चक्कर आली. त्यातून दिवेकरचे वडील इन्स्पेक्टर आहेत हे कळल्यावर तर सर घामाघूम झाले. अरे हो, एक सांगायचं राह्यलंच. बापटची ही आघात चुकवण्याची चपळाई त्याला पुढे वैवाहिक आयुष्यात फारच उपयोगी पडली असं त्याने नंतर कबूल केलं. सरांच्या नेमबाजीवर मला चार ओळी सुचल्या होत्या,

'खडूस' शिक्षक फेकी,
लागूनी पेन होई पेन (pain),
कधी होई नाणेफेक,
डस्टरने पडे खोक.

शक्यतो आम्ही विटीदांडू, भोवरे, स्टम्प ही आयुधं लपवून ठेवायचो. आम्हाला मिळालेल्या शिक्षांचे उतराई होण्यासाठी शाळाभर शोधून आम्ही एक खिळखिळी (खिळे वर आलेली) खुर्ची सरांकरता आणून ठेवली होती. सरांची तिच्या वापरानंतरची मुद्रा पाहून हिलाच मुद्राराक्षस म्हणतात, असं आम्हाला वाटलं. नंतर आम्हाला झालेला आनंद केवळ अवर्णनीय होता व तो शाळा सुटल्यावर आख्ख्या वर्गानं सामुदायिक जल्लोष करून साजरा केला होता.

आमचा वर्ग म्हणजे क्रिकेटची मॅचच असायची. सात तासांना वेगवेगळे सर बोलिंग करायचे (बोलायचे). आम्ही बॅट (वटवाघूळ) सारखे चाचपडत बॅटिंग करायचो. विज्ञानातील माहिती फुल्ल वेगाने आमच्याकडे टॉस केली जायची. गणितातले बाउंसर डोक्यावरून जायचे. स्कोअरबोर्ड बहुधा कोराच राहायचा. सरांचा प्रत्येक बॉल (बोल) आमच्यासाठी 'नो बॉल' असायचा. पण इथं फ्री हिटचा अधिकार आमच्याऐवजी सरांनाच मिळायचा. आम्ही कधीकधी अगाध ज्ञानाचा सिक्सर मारायचो. पण तो डेड बॉल डिक्लेअर केला जाऊन आमचा स्कोअरबोर्ड चेहऱ्यासारखा कोराच राहायचा.' पॅडस पायाऐवजी कानांना लावलेले असत. सरांची बॅटिंग सुरू असताना मी नेहमी स्लीपमध्ये असायचो व सिली पॉइंटवर माझा मित्र आचार्य असायचा. मात्र आम्हाला वर्गात हेल्मेट वापरण्याची परवानगी दिली असती तर आमचा रोज होणारा नरी कॉंट्रॅक्टर वाचला असता. मुष्टिप्रहार व चापट्यांपासून आमची सुटका झाली असती. लेग ब्रेकचे आम्ही नेहमी शिकार व्हायचो. क्रिकेटच्या गुगलीपेक्षा प्रश्नांच्या गुगली आम्हाला त्रासदायक वाटायच्या. सरांचे गुगली बोल त्या काळी गुगल नसल्याने मला कळायचे नाहीत. मी परीक्षेच्या सामन्यात ३० मार्कांची क्रीज कधीच ओलांडली नाही. गणितात पाय (Π) नेहमी मला चित करायचा.

मी ढ आहे असा सरांचा ग्रह माझा गृहपाठ तपासल्यावर झाला होता. म्हणून त्यांची ग्रहदशा सारखी माझ्या मागे लागायची. मी सर, सर करून त्यांच्या पुढेपुढे करून त्यांना सर करायचा प्रयत्न करायचो; पण अभ्यासाची घोरपड गळ्यात असल्यानं, आम्हाला हा गड काही सर व्हायचा नाही. हा गड नेहमी माझ्या पेपरमधल्या गडबडीवर गडगडायचा. गडावरच्या तोफेचं तोंड नेहमी माझ्याच दिशेला असायचं. गडाचं पायदळ मला नेहमी नेस्तनाबूत करायचं. सरांच्या शिक्षा फारच अजब असायच्या. हात वर करून उभं राहणं, ओणवं होऊन अंगठे पकडणं, उकिडवं बसून गुडघ्यांमागून हात वर आणून कान पकडणं, बेडकासारख्या उड्या मारणं, पायऱ्यांकडे पाठ करून मागे न बघता पायऱ्या चढणं, मैदानावर उलटं पळणं, डाव्या-उजव्या पायांनी पाच पाच पावलं लंगडी घालत मैदानास प्रदक्षिणा घालणं. या सर्व प्रकारांत रोजच्या सवयीनं मी अगदी तरबेज झालो होतो. मला

ऑलिंपिकला पाठवण्याची दूरदृष्टी त्या काळी कुणी दाखवली असती तर जिमनॅस्टिकमधलं पहिलं सुवर्णपदक केव्हाच भारताच्या खात्यात जमा झालं असतं. मला रेडा म्हणायला सर नेहमी रेडी असत. ज्ञानेश्वरसुद्धा तुझ्या तोंडाद्वारा काही वदवू शकणार नाहीत, असा निर्वाळा पदोपदी सर द्यायचे. माझ्या नावाचा उच्चार ते नंदकुमार ऐवजी 'नंद को मार' असा करत व तसा मानस वेळोवेळी अमलात पण आणत. मला 'उनाडगावकर' असं आडनावही माझ्या मित्रांनी बहाल केलं होतं. अर्थ सांगा म्हटलं की earth आठवायची, पाठ करून दाखवा म्हटलं की सरांकडे पाठ करून दाखवायचो, गणित सोडवा म्हटलं की सोडून द्यायचो.

चांगले मार्क नेहमी माझ्याशी खोखो खेळायचे, माझ्या बाबतीत शिवाशिवी कम लपंडाव हा अजब खेळ होता. शिवी सरांची असायची; कारण मार्कांचा सदा लपंडाव असायचा. परीक्षेच्या कबड्डीमध्ये (Π)पायची गणितं पाय ओढायची व पाटीच्या (पासिंग) रेषेपर्यंत हात पोचवताना दमछाक व्हायची. मी स्वतःला विटी (witty) समजत असलो तरी दांडू सरांचा असायचा.

अशा तऱ्हेनं माझ्या पाठ्यपुस्तकात अनेक शिक्षांच्या नोंदी झाल्या होत्या. कालपरत्वे त्यांच्या खुणा अस्पष्ट झाल्या असल्या तरी आठवणीत मात्र अगदी ताज्यातवान्या आहेत. पूर्वीच्या वेदनादायक व तिखटासारख्या झोंबणाऱ्या आठवणींचं आज मुरलेल्या, चविष्ट लोणच्यात रूपांतर झालं आहे. शरीराचं हार्डवेअर जुनं झालं असलं तरी डोक्यातल्या सॉफ्टवेअरला वयाचा व्हायरस अजून लागला नाही.

माझ्यासारखंच पाठ्यपुस्तक बहुतेकांकडे असणार, याबद्दल शंका नाही. पण सहसा त्याचं प्रकाशन कुणी करत नाही. बघा, जमलं तर धाडस करा!

◆

आमची स भु

प्रत्येकाच्या मनात आपापल्या शाळेबद्दल ओढ असतेच. आपल्या बालपणीच्या रम्य आठवणी शाळेशी निगडित असतात. पूर्वी केलेल्या पण आता शक्य नसलेल्या अनेक खोड्यांचे शाळा व सवंगडी साक्षीदार असतात. आपल्या आजच्या कर्तृत्वाची पायाभरणी शाळेत झालेली असते. तिचे आपण कधीच उतराई होऊ शकत नाही. तरीही शाळेच्या भरभराटीसाठी काहीतरी करावे ही भावना प्रत्येकाच्या मनात असतेच. अशाच विचाराने आम्ही आठ-दहा सवंगडी एकत्र आलो व सरस्वती भुवन स्कूल असोसिएशनचा विचार झाला. ही शाळासोबत्यांची चळवळ थोडी व्यापक करून संस्थासोबत्यांची करावी, म्हणजे त्यात कॉलेज व इतर गावांतील शाखांचा समावेश करावा, असा विचार झाला. व सर्वसमावेशक सरस्वती भुवन ॲलम्नी असोसिएशनची स्थापना झाली. या संघटनेची पहिली ॲक्टिव्हिटी म्हणून अर्ध्या दिवसाची माजी विद्यार्थ्यांची व तत्कालीन शिक्षकांची नऊ जानेवारीला शाळा भरवण्याचे ठरले. आपल्या गुरुजनांचा आशीर्वाद, खोडकर सवंगड्यांची पुनर्भेट व धमाल, पूर्वीचे गोट्या, भोवरा, धप्पाकुट्टी खेळ व मैदानावरील तुलजाची भेळ, पेरू, बोरं, नारायणचं पॉटमधलं आइस्क्रीम, गंगूबाईचे लब्दू अशा माजी विद्यार्थ्यांना आकर्षित करणाऱ्या गोष्टी होत्या.

सध्याच्या 'सभु'च्या मुख्याध्यापिका उपाध्ये मॅमना भेटून आमच्या अर्ध्या दिवसाच्या शाळेचा तपशील दिला. आताच्या इलेक्ट्रिक बेलऐवजी पूर्वीसारखी घंटा वापरण्याचं त्यांनी कबूल केलं. शिक्षकांच्या हातात देण्यासाठी वेताच्या छड्यांची सोय केली गेली. प्रार्थनेच्या

वेळचा बँड व पीटीच्या शिक्षकांची व्यवस्था झाली. आम्ही आपापल्या सरांशी संपर्क करून त्यांना आग्रहाचं निमंत्रण दिलं. आमच्या वेळचे सोनार सर सध्या मुंबईला होते. घरच्या मंडळींचा विरोध डावलून ते खास या कार्यक्रमासाठी आले. बाकीचे लहरे, राखे, चौधरी, व्यहाळकर, काळे सर, निरखी मॅम आवर्जून आले.

अखेर परत एकदा आम्ही 'सभु'त नऊ जानेवारीला ॲडमिशन घेतली. पण या वेळच्या शाळेत खूप फरक होता. पूर्वी कधी एकदाची शाळा सुटते असे व्हायचे. पण आज हे क्षण संपूच नयेत असे वाटत होते. पूर्वी अभ्यासाला चाट द्यायचो, तर आज वयाला चाट होती, रोजच्या रहाटगाडग्याला चाट दिली होती, मध्यंतरात खायला पण चाटच होते (भेळ वगैरे). पूर्वीचे दप्तराचे ओझे नव्हते, गृहपाठ न केल्यामुळे सरांकडून शिक्षा होण्याची भीतीही नव्हती.

दुपारी एक वाजता ३००-३५० माजी विद्यार्थी जेवणासाठी जमले. एकमेकांना ओळखू न येण्याएवढा बदल इतक्या वर्षांत झाला होता. डोक्यावरचे आवरण पांढरे, विरळ वा गायब झाले होते. कपड्यांपेक्षा चेहऱ्यावर जास्त सुरकुत्या होत्या. दंताजीचे ठाण विस्कळीत झाले होते. काहींच्या हातात काठी आली होती. सर कोण व विद्यार्थी कोण हे ओळखणं अवघड झालं होतं. आमचा पालवे नावाचा मित्र काही सरांपेक्षाही वयोवृद्ध दिसत होता. काही मुलं तर त्याच्या पाया पण पडली. हास्याचे फवारे, टाळ्यांचे आवाज व आनंदाचे चीत्कार यांनी परिसर दणाणून गेला होता. लहरे, थोरात (सोनार), चौधरी, राखे, देशमुख, व्यहाळकर सर, निरखी मॅम अशी शिक्षकमंडळी जमली होती. मुलं आपापली ओळख सरांना करून देत व सरांबरोबर फोटो काढून घेत होती.

२.१५ला शाळेची पहिली घंटा झाल्यावर सगळे पोर्चमध्ये जमले. २.३०ला दुसरी घंटा झाली. सर्व विद्यार्थी आपापल्या वर्गाप्रमाणे रांगेत मैदानावर उभे राहिले. शिक्षक स्टेजवर जमले होते. लहरे सरांनी खड्या आवाजात सावधान-विश्रामचे फर्मान सोडले. सध्याच्या मुख्याध्यापिका उपाध्ये मॅमनी सर्वांचे स्वागत करून शुभेच्छा दिल्या. बँडच्या तालावर प्रार्थना व राष्ट्रगीत झाल्यावर पीटी झाली. ओळीने सगळे आपापल्या वर्गात गेले. प्रत्येकी दोन शिक्षक असलेले पाच वर्ग केले होते. शिक्षकांच्या नावाच्या पाट्या वर्गावर लावल्या होत्या. एका वर्गात ५० ते ६० मुले होती. एक मॉनिटर शिक्षक येईपर्यंत वर्गाची शिस्त सांभाळण्यासाठी होता. मी १९६५, ६६, ६७ बॅचचा मॉनिटर होतो. सुषमा, माझी पत्नी आमच्याच वर्गात बसली. खोड्या व गडबड करणाऱ्यांची नावे मी फळ्यावर लिहिली. त्यात सुषमाचंही नाव टाकलं. म्हटलं परस्पर सरांनी शिक्षा केली तर बरंच होईल. आचार्यने तेवढ्यात करंगळी दाखवून बाहेर जायची परवानगी मागितली. पण मी ती नाकारली. कारण २० मिनिटांचाच तास होता. आचार्यचा चालण्याचा वेग (वय वर्ष ६९) व त्याला

असलेल्या मूत्राशयाच्या त्रासामुळे कार्यक्रम उरकण्यासाठी लागणारा विलंब लक्षात घेता तो तास संपल्यावरच येईल, अशी मला खात्री होती. तिडके खिडकीजवळ बसला होता. व्हरांड्यातून एक आजी बाई (म्हणजे सध्याच्या बाई) चालल्या होत्या. त्याने फेकलेला कागदाचा बोळा त्यांना लागला. 'वात्रट दिसतोय हा मेला मुलगा' त्यांची लगेच कॉमेंट ऐकू आली. मी डस्टरने फळा स्वच्छ केला. तेवढ्यात गोविंद उवाच 'रोजची घरच्या डस्टिंगची सवय दिसतेय.' मी त्याचंही नाव फळ्यावर लिहिलं.

लहरे सर खाकी ड्रेसमध्ये येतील, पॉलिश केलले तांबडे बूट टॉक टॉक वाजवत वर्गात शिरतील, वेताची छडी बुटावर आपटत प्रश्न विचारतील, एन सी सीच्या टोपीवरचा डौलदार गोंडा डोलेल, असं वाटत होतं. सोनार सरांची गांधी टोपी घातलेली, जाड भिंगाचा चश्मा घातलेली ठेंगणी मूर्ती भेदक नजरेने 'अहो, जरा माझ्या प्रश्नाचं उत्तर द्याल का?' असा खोचक प्रश्न विचारतील असं सारखं वाटत होतं.

तेवढ्यात लहरे सर व सोनार सर वर्गावर आले.

गुड आफ्टरनून सर, म्हणत सर्वांनी खडी सलामी दिली.

"सर, आज तरी हजेरी घेऊ नका ना."

"का रे बाबांनो? रोज घरी घेतली जाते वाटतं!"

"सर, तुम्ही आम्हाला रोज उठाबशा काढायची शिक्षा करायचा त्यामुळे लग्नानंतर आम्हाला अजिबात त्रास जाणवला नाही," गोविंद जोशी.

"सर, तुमच्या शिक्षेचा (मराठीतील) आम्हाला फार फायदा झाला. त्यामुळे आम्ही अभ्यास करायला लागलो. तुमच्या शिक्षेमुळेच (हिंदीतील) आम्हाला ज्ञान मिळालं व आमची इथंपर्यंतची वाटचाल झाली," मी.

अभ्यंकर सुषमाची विचारपूस करत होता. टिबडीवालाने लगेच तक्रार केली, "सर, सर, हा मुलींशी बोलतोय सर!" हशाच हशा. म्हटलं, "बोलतोय ना तीच त्याला शिक्षा वाटेल बघ थोड्या वेळाने!" सोनार सरांना खुर्चीवर बसवून लहरे सरांचा गणिताचा तास सुरू झाला. त्यांनी फळ्यावर मी लिहिलेली नावं शिक्षा न करताच पुसून टाकल्यामुळे माझा चेहरा पाहण्यालायक झाला. (कधी नव्हे तो!) मी सुषमाची ओळख बायको म्हणून करून दिली तेव्हा दोन्ही सरांनी नमस्कार केला. लगेच माझी कॉमेंट, 'बघ, सरांनीसुद्धा तुझ्यापुढे हात जोडले!'

सरांनी फळ्यावर गणित लिहिलं- १५— चढत्या भाजणीत क्रमाने नंतरच्या संख्या लिहा

रावदेव उवाच, "सर, माझ्या बायकोला भाजणी फार छान जमते बरं का!" लहानपणचाच प्रश्न समजण्याचा त्याचा प्रॉब्लेम अशात वाढला होता.

काही सज्जनांनी बरोबर उत्तर दिलं. काही मुद्दाम चुकलो असं म्हणाले. पण त्यांची लहानपणची प्रगतिपुस्तकं आम्हाला आठवत असल्याने आमचा ते मुद्दाम

चुकले असतील यावर विश्वासच बसला नाही.

काहींची कॉमेंट, 'सर, आमची आता उतरती भाजणी सुरू आहे.'

सोनार सर होमवर्क करून आले होते. त्यांनी उतार वयातील आम्हा विद्यार्थ्यांसाठी जीवनाच्या तत्त्वज्ञानावर आधारित रामावर केलेली सुंदर कविता आणली होती व तिची छापील प्रत प्रत्येकास दिली. तेवढ्यात सिकची दारात उभा राहिला.

'मे आय कम इन सर?'

सर बिचारे काही बोलले नाहीत. पण मॉनिटर म्हणून त्याला शिक्षा करण्याची माझी जबाबदारी होती. उशिरा आला म्हणून लहरे सरांची काठी उचलून तिचा ठसा त्याच्या तळहातावर उमटवला व माझी बऱ्याच दिवसांची सिकचीला कुटायची सुप्त इच्छा पूर्ण करून घेतली. जहागीरदारचे कवितेकडे अजिबात लक्ष नव्हते. त्याच्या डोक्यात बहुतेक वेगळीच 'कविता' असावी.

मागील बाकावर बसलेल्या तिडकेने पुढे डोकं ठेवून झोपल्याचं सोंग केलं आढेनं सरांचं तिकडे लक्ष वेधलं. पण सरांनी तिकडे दुर्लक्ष केलं. बहुतेक बाकीचा वर्ग जागा आहे याचं त्यांना समाधान असावं किंवा इथं तरी त्याला शांत झोप मिळावी, असं त्यांच्या सदसद्विवेकबुद्धीला वाटलं असावं, अशी आमची आपली भाबडी कल्पना!

सर आम्हाला रामनामाची महती समजावून सांगत होते, रामनाम जपाचे फायदे सांगत होते, तर मी पेशानं डॉक्टर असल्यानं पेशंटनं राम म्हणू नये याची नेहमी काळजी घेत असतो! केवढा हा विरोधाभास त्यांच्या शिक्षणातला व माझ्या आचरणातला! मी सरांकडून काहीच शिकत नाही असं वाटलं. मागून मुळेचा आवाज- "सर, आम्हालाही रामाचं महत्त्व वाटतं. एक दिवस जरी तो आला नाही तरी त्रास होतो!" अशा कॉमेंट्समुळे सर म्हणाले, "तुम्ही सर्वांनी वयाची साठी केव्हाच गाठली असल्याची नक्की खात्री पटली."

"सर, लहानपणी पण आम्ही असेच साठ वर्षांचे होतो," परत एक आवाज.

आमच्या शिक्षिका बोरीकर मॅम पण मुद्दाम आमच्या वर्गावर आल्या. विशेष म्हणजे एक पाय कृत्रिम असतानासुद्धा त्या कष्टांनी चालत आल्या. केवढं हे विद्यार्थिप्रेम! वर्ग संपत आला होता. सरांनी आमची 'हजेरी' घेतली नसल्यानं मी हजेरी नंबरानं घेतली. छाजेडचा हजेरीत तरी पहिला नंबर लागल्यानं तो खूश झाला. प्रत्येकानं वेगवेगळी हजेरी द्यावी, असं आम्ही पूर्वीच ठरवून ठेवलं होतं.

'यस सर!'

'हजर!'

'हाजर गुर्जी!'

'प्रेझेंट सर!'

'उपस्थित!'

ओळीनं हजेरी घेत असताना नाईक मध्येच केकाटला, तेव्हा सगळे त्याच्यावर तुटून पडले, 'ए, तू दस नंबरी है.' परत हजेरी सुरू

'यस मॅम... सॉरी, सर'

'ॲबसेन्ट सर'

'लेट सर'

'नो सर'

'हाजिर है,'

'मौजूद,'

'पेश है,'

'आलोय.'

यानंतर मी सवंगड्यांची एक वेगळीच परीक्षा घेतली. त्यांना विचारलं, "पुढील शिक्षा कोणते सर करत होते?"

मी - दोन्ही गालांवर एकामागून एक चापटा कोण मारायचे?

उत्तर - सोनार सर (एकमुखाने)

मी - तेरी मेंढक की सूरत ऐसी की तैसी!

रावदेव - बिखान सर

मी - ले घोडी कोण म्हणायचं?

पिलखाने - बिखान सर

मी - बगलेत चिमटा कोण घ्यायचं?

याचं उत्तर कुणाला सांगता आलं नाही कारण स्पेलिंग चुकल्यामुळे कैक वेळा मलाच कमलाकर सरांनी शिक्षा केली होती.

परीक्षा दुसरी,

कोणते सर असे हातभाव करायचे?

मी - खांदे उडवून दारातूनच चश्मा टेबलावर फेकणे, हाताच्या बाहीने फळा साफ करणे, पूर्ण खानदानाचा उद्धार करणे.

एकमुखाने - तुळपुळे सर.

अचूक उत्तर!

मी - दोन्ही हात न हलवता ताठ समोर धरून चालणे.

टिबडीवाला - पु.बा. जोशी.

मी - रेन ॲन्ड मार्टिन तोंडपाठ म्हणवून घेणे.

पालवे - न. मा. कुलकर्णी सर.

मी - गेट इन, गेट इन, म्हणत वेताची छडी परजणारे सर.

छाजेड - मेढेकर सर.

मी - स्वच्छ पांढरी पॅन्ट, पांढरा शर्ट इन केलेले व भुवया उंचावून प्रश्न विचारणारे सर-

आचार्य - पी. जी. देशपांडे सर.

शिक्षेबद्दलच्या बहुतेक प्रश्नांची अचूक उत्तरं फक्त सिकचीच देऊ शकला; कारण जास्तीत जास्त शिक्षा भोगण्यात त्याचाच पहिला नंबर असायचा.

तेवढ्यात शाळा सुटल्याची घंटा झाली.

लगेच सर्वांनी मैदानावर धूम ठोकली, म्हणजे शक्यतो भरभर चालत गेले. पूर्वी घंटा वाजणं थांबायच्या आत अख्खा वर्ग मैदानावर असायचा. आता मात्र १०-१५ मिनिटांत अर्धा वर्गच येऊ शकला. असलेल्या थोड्या वेळात आम्हाला गोट्या खेळायच्या होत्या. भोवरे फिरवायचे होते. क्रिकेटची बॅट-बॉल आमची वाट पाहत होते. कुणीतरी लंगडी खेळू या, अशी टूम काढली. पण लगेच पिलखानेने ती फेटाळून लावली, 'आता दोन्ही पायांनी लंगडतसुद्धा चालता येत नाही रे म्हाताऱ्यांनो!' बहुतेकांच्या चश्म्याच्या काचा ऑपरेशननंतर गोट्यासारख्या झाल्या होत्या. तरी मंडळी गोट्या खेळलीच. मराठी चौथीतली 'भोवरा फिरे गरगरा, पहा हा जरा—' ही कविता म्हणत भोवऱ्यावर हात साफ केले. पूर्वीसारखेच भिंतीचे स्टंप केले. बोलर एंडला स्टंप म्हणून चपला ठेवून क्रिकेट खेळलो. आउट झाल्यावर त्या निर्णयावर पाय आपटत नापसंती दाखवणं झालं, अंपायर चेंजच्या घोषणा झाल्या.

अख्खी १०-१५ मिनिटं खेळल्यावर जाम थकायला झालं. मग गेलो मैदानावरील तुळज्याच्या गाडीवर भेळीचा आस्वाद घेण्यासाठी. पूर्वी गाडीकडे जाताना एक डोळा सरांचं लक्ष तर नाही ना, हे बघण्यात गुंतलेला असायचा. बकाबक कागदावर घेतलेली भेळ पुठ्ठ्याच्या चमच्याने संपवायचो. थोडी थोडी खंडणी मित्रांना पण द्यावी लागे. कारण 'पुढच्या वेळी त्याच्याकडे पैसे असतील तर!' असा विचार डोक्यात असे. बहुतेक वेळा आमचे मारवाडी मित्रच आमचे यजमान असत. कारण आम्हाला पैसा क्वचितच दिसायचा. बदल्यात त्यांना होमवर्कमध्ये मदत करावी लागे. त्यांना वर्गात सरांनी प्रश्न विचारल्यास उत्तराचं हलक्या आवाजात प्रॉम्प्टिंग करावं लागे.

सर्वांनी भेळवर यथेच्छ ताव मारला. पेरूच्या फोडी बऱ्याच जणांनी दात नसल्यामुळे चघळल्या. नंतर दातात अडकलेल्या बिया काढताना सर्वांची झालेली कसरत पाहण्यासारखी होती. लब्दू खाताना लिंबाच्या झाडाखालील म्हाताऱ्या गंगूबाईची आठवण ताजी झाली. शेवटी 'बुढ्ढि के बाल' चा समाचार घेतला. 'बुढ्ढा खाए बुढ्ढिके बाल' अशा घोषणा झाल्या. शेवटी मैदानावरील खाद्य पदार्थांचा 'पूर्णानंद' घेऊन सर्व सीनिअर स्टुडंट्स पांगले ते 'बचेंगे तो फिर मिलेंगे' म्हणतच! वयामुळे जड झालेली पावले सवंगड्यांचा निरोप घेताना आणखीनच जड झाली होती!

◆

आमचं 'वैद्य'कीय महा 'विद्या'लय

आमचा प्रथम एमबीबीएसचा वर्ग एकमेवाद्वितीय होता. आमच्या वर्गातल्या मुलींची संख्या बाकी कॉलेजमधल्या एकूण मुलींच्या बेरजेपेक्षा अधिक होती.

आमच्या वर्गात अमाप दृष्टिसौंदर्य होतं. अभ्यासासाठी नव्हे तर नेत्रसुखासाठी बहुतेक वर्गमित्रांची उपस्थिती असायची. शिवाय इतर सीनियर विद्यार्थ्यांचा डोळा आमच्या वर्गावर असायचा. आमचे काही शिक्षक पण याला अपवाद नव्हते. आमचा वर्ग म्हणजे 'वैद्य'कीय महा'विद्या'लय होता- वर्गातच वैद्य होती, महा होत्या व विद्याही होत्या. सर्वांना आमच्या वर्गाबद्दल 'ममता' होती. आमच्यात तऱ्हेतऱ्हेची 'कुसुमं' (फुलं) होती. 'शोभेची' होती, 'कुंदा'ची होती, 'मदन'मस्त होता. ज्ञानाचा 'प्रकाश' होता तसंच 'शशीचं' चांदणं होतं. एका जोशीची चाल वर्गासमोरून जाताना 'मंदा'वलेली असायची तर मंदाला जोशीमुळे 'नवजीवन' मिळालं होतं. सर्वांच्या वर्गाबद्दल रोमँटिक 'कल्पना' होत्या. पुणं विद्येचं माहेर समजलं जायचं; पण पुण्याऐवजी आमचा वर्गच 'विद्यां'चं माहेर होता. मात्र नंतर पुणं त्यातील दोन विद्यांचं सासर झालंय. 'विद्या' मिळवण्यासाठी सर्व कॉलेजला यायचे; पण शेवटी दामले, थत्ते व पुराणिक हे तिघंच खरोखर 'विद्या' मिळवण्यात यशस्वी झाले. 'वैद्य'कीय ज्ञान फक्त तेरकरांनाच मिळालं. आमच्या वर्गात ज्ञानाची 'ज्योती' तर होतीच; शिवाय 'अरुणा'ची 'प्रभा'ही होती. अशा तऱ्हेने विद्वत्तेची 'छाया' वर्गावर होती. आम्हा मित्रांच्या 'रेणू'रेणूत 'स्नेह' ओसंडत होता.

बऱ्याच सुंदरी खो खो खेळण्यात एक्सपर्ट होत्या. त्या खेळात अतिशय 'सुलभ'

रीतीनं प्रतिस्पर्ध्यास चकमा देऊन वि 'जयश्री' खेचून आणायच्या. आमचे बरेच वर्गमित्र त्यांच्यात 'खो गये' होते. पण त्यांनी सर्वांनाच खो दिला. नंतर हरीषने सर्वांवर एक 'कविता'ही बनवली. असा आहे आमच्या वर्गाचा 'बायो'डेटा!

एवढे असूनही आम्ही सहाध्यायांनी एकमेकाला जोडीदार म्हणून निवडलं नाही. त्यामुळे दोघांचंही भलं झालं ही गोष्ट वेगळी! काही मित्रांनी तसे प्रयत्न करून देव 'पाण्यात' ठेवून पाहिले. पण पालथ्या घड्यावर 'पाणी!' आपसात 'पाणि'ग्रहण न होण्याची कारणमीमांसा शोधण्याचा आम्ही प्रयत्न केला. तसे दोन्ही पक्ष एकमेकाला कधी 'पाण्यात' पाहत नव्हते; पण उभय पक्षांनी एकमेकांचं 'पाणी' जोखलं असावं. तसेच दोन्ही पक्ष धूर्त असल्यानं एकमेकांच्या ओंजळीनं 'पाणी' पिणार नाहीत, अशी भीती दोघांच्याही मनात होती. आमच्या वर्गात काही 'पाणि'नी होते, तर काही नुसतेच नी (घुटने) होते. पण कुणाच्याच अंगात 'पाणी' नाही असा मैत्रिणींचा होरा असावा. काहींना पाहिल्यावर 'पाणी पाणी' व्हायचं. म्हणून त्या दृष्टीनं करण्याच्या प्रयत्नांवर उभय पक्षांनी 'पाणी' सोडलं असावं.

प्रथम वर्षांत प्रवेश घेतल्यानंतर मी बऱ्याच नव्या गोष्टी शिकलो. आम्हाला रॅगिंगचा सारखा धसका असायचा. एकटंदुकटं फिरायचं नाही, कँटिनमध्ये जायचं नाही, सीनियर्सना नेहमी विश करायचं, ही पथ्यं पाळावीच लागत. एक असाच किस्सा.

उशीर झाल्यामुळे मी एकटाच वर्गावर चाललो होतो, तेवढ्यात एका बॉसनं (सीनियर्सचं आमच्याकडचं नामकरण) हटकलं, 'काय रे कुठं निघालास?'

मी : माझा पीरिअड आहे.

बॉस : तुझा पीरिअड?

मी : नाही, फिजियॉलॉजीचा पीरिअड आहे.

बॉस : कुणाचा आहे?

मी : मॅडमचा आहे.

बॉस : केव्हा असतो?

मी : रोज असतो

बॉस : किती वेळ?

मी : एक तास

बॉस : मग घाई कसची?

मी : मला मॅडमचा पीरिअड चुकवायचा नाही.

बॉस : अरे शहाण्या, पीरिअड हा फिजिओलॉजीचा आहे. पण पिरिअड रोज नसून महिन्याला एकदा असतो, एक तासाचा नसून तीन दिवसांचा असतो अन् तू तुझ्या मॅडमचा पीरिअड चुकवण्याच्या भानगडीत पडत नाहीस, ही चांगली गोष्ट

आहे. आता पडला का डोक्यात प्रकाश?

मग कुठं माझी ट्यूबलाइट लागली.

आता तिथून पुढे मी पीरिअडच्या ऐवजी लेक्चर हा शब्द वापरायला सुरुवात केली. हे फिजिओलॉजी डिपार्टमेंट पहिल्या मजल्यावर होतं. दुसऱ्या मजल्यावर होतं जीवरसायनशास्त्र. वरच्या मजल्यावर असलेलं हे किचकट शास्त्र आमच्या 'वरच्या मजल्या'मध्ये काही लवकर शिरायचं नाही. जीवरसायनशास्त्र शिकवणाऱ्या प्रोफेसरांच्या जीवाचं रसायन मोठं अजब होतं. सर शिकवायचे छान; पण वागायला फारच विक्षिप्त. केव्हा तडकतील याचा अंदाजच लागायचा नाही! हा जीव रसायनशास्त्र विषय तसा किचकटच. तशीच येथील शिकवणाऱ्या मॅमची- बायोची- केमिस्ट्रीही समजायला अवघड होती.

ॲनाटॉमीत सुरुवातीलाच आमच्या वाटेला टांग आली- पायाच्या रचनेचं डिसेक्शन आलं. आमच्या वाटेस नेहमी येणाऱ्या टांगेचा इथं श्रीगणेशा झाला. डेड बॉडीवर डिसेक्शन करून पाहिलेले, लहान सहान तपशील नंतर विचारल्यावर आमचा मेंदू डेड व्हायचा. परीक्षांमध्ये प्रश्नांचा भडिमार करून सर आमच्या मेंदूचं अक्षरशः डिसेक्शन करायचे.

दुसऱ्या वर्षी आम्हाला तीन विषय होते- फार्माकॉलॉजी, पॅथॉलॉजी व फोरेन्सिक मेडिसीन आणि टॉक्सिकॉलॉजी. तसे तिन्ही विषय आम्हाला कंटाळवाणे वाटत व टॉक्सिकॉलॉजी हे सफिक्स तिन्ही विषयांना लावलं पाहिजे, याबद्दल आम्हा सर्वांचं एकमत होतं. शेवटच्या वर्षीच्या विषयांपैकी मेडिसीनला आम्ही मेड- ई -सिन (maid -i- sin) म्हणायचो - दिवाण-इ-खास च्या धर्तीवर! सर्जरीला सर जेरी म्हणायचो. हा विषय खरंच आम्हाला जेरीस आणायचा.

आमचे नेत्ररोग शास्त्राचे सर खूपच कडक होते. ते नेहमी एक शेर म्हणत—

आँखोंका आना बुरा,
आँखोंका जाना बुरा,
आँखोंका मारना बुरा,
आँखोंसे मरना बुरा.
आँखों मे फसना बुरा
आँखोंका दिखाना बुरा

या सरांचा दरारा एवढा होता की त्यांच्या डोळ्यास डोळा लावायची आमची शामत नव्हती. याउलट पीएसएमच्या रटाळ वर्गात बऱ्याच वेळा आमचा डोळ्यास डोळा लागायचा. गायनॅकॉलॉजीच्या क्लासमध्ये केवळ हजेरी लावण्यापुरताच आमचा सहभाग असायचा.

माझ्या एका मित्राला विद्यार्थिदशेपासूनच आम्ही डोळ्यांचा डॉक्टर म्हणायचो कारण त्याचा 'डोळे' नावाच्या मैत्रिणीवर डोळा होता. नंतर तो खरोखरच डोळेतज्ज्ञ व डोळेपतीही झाला. तो नेहमी 'डोळे हे जुल्मी गडे' हे गाणं छान आवाजात म्हणायचा. जुल्मीचा खरा अर्थ त्याला लग्नानंतर कळला असावा, असं त्याच्या बदल झालेल्या दर्दभऱ्या आवाजावरून आता वाटतंय.

आमच्या वर्गातल्या अब्राहम वर्गिसचा हजेरीत पहिला क्रमांक होता. त्याच्या बोलण्यात स्टार्टिंग ट्रबल होता. सरांनी हजेरीत एक नंबरचा पुकारा केला की हा तिसऱ्या नंबरवर 'येस सर' म्हणायचा. त्यामुळे तीन क्रमांकाचा अग्रवाल बिनधास्त असायचा. गैरहजर असतानाही त्याची हजेरी लागायची. वर्गात असलाच तर त्याचा व अब्राहमचा कोरस व्हायचा. अशा हजेरीमुळे सर सुरुवातीला त्याची हजेरी घ्यायचे. नंतर नंतर सरांना या स्टिरीओ इफेक्टचं कारण लक्षात आल्यानं ते तिकडे दुर्लक्ष करायचे. कधीकधी तिसरा नंबर पुकारून ते एक व तीनची हजेरी लावायचे. एकदा सरांनी हजेरीचा क्रम बदलून पाहिला. दोन, तीन, एक...! पण मग पाचव्या क्रमांकावर स्टिरीओ वाजला. मग अब्राहमनं ठरवलं- सर आल्याबरोबर तयार राहायचं व सर अटेंडन्स शीट काढायला लागले की येस सर उच्चारायला सुरुवात करायची. एकदा सरांनी शीट काढली व रुमालानी घाम पुसायला सुरुवात केली. सरांनी तोंड उघडायच्या आत याचं 'येस सर' टपकलं. दुसऱ्या वेळी सरांनी एक म्हणायला व मुंदडानं बाण फेकायला एकच गाठ पडली. सरांनी रागावून विचारले, 'Are u a fool?' तेवढ्यात अब्राहम उवाच कानावर आदळलं, 'Yes Sir!' सरांना हसण्यावाचून पर्यायच राहिला नाही.

आमचा एक जानी दोस्त फारच देवभक्त होता. सारखा देव देव करायचा. सकाळ-संध्याकाळ देवदर्शनास जायचा. काही दिवसांनंतर त्याचा विवाह झाला व त्याचा दृष्टिकोन बदलू लागला. देवावरचा विश्वास उडाला. त्याला वाटायचं वृथा देवामागे लागल्यास फसगत होते. तो देवाला नावे ठेवू लागला. अशा तऱ्हेने त्याचे असे देवाबद्दलचे समज गैरसमज होण्यासाठी जबाबदार होती त्याची देव आडनावाची बायको!

वसंत आमच्या ग्रुपमध्ये नेहमी असायचा. पण हा वसंत कधीच फुललेला (लठ्ठ झालेला) आम्ही पाहिला नाही. 'वयोमानाबरोबर तुझ्यात फारसा बदल झालेला दिसला नाही.' असं बोललं की तो खूश होतो व म्हणतो, 'मग, मी लहान मुलांचा डॉक्टर आहे.' मग त्याला जमिनीवर उतरवण्यासाठी पुढची कॉमेंट टाकावी लागते, 'तुझ्या वरच्या मजल्यावरच्या बदलाबद्दल म्हणतोय हा!'

शिवाजी म्हणाला, 'अरे वसंता, स्पेशलायझेशनवरून तुमचा ॲपिअरन्स ठरला तर अवघडच होईल. तसं झालं असतं तर आपला अशोक कसा दिसला असता

याची तू कल्पना करून बघ!' आता हा आमचा अशोक स्त्रीरोगतज्ज्ञ होता!

मग हा 'स्पेशालिटीनुसार ॲपिअरन्स' चा नियम सर्वांना लागू होतो का हे आम्ही ताडून पाहू लागलो.

मी मेंदूविकारतज्ज्ञ असल्यानेच मेंदूच्या पृष्ठभागासारखा खडबडीत आहे- दोन्ही दिसण्यात व वागण्यात- असं सर्वांचं एकमत पडलं.

सत्यमूर्ती हृदयरोगतज्ज्ञ आहे. तो रोड असल्याने परकिन्जे फायबरसारखा दिसतो, असं मत विलासनं व्यक्त केलं.

मग नावावरून वागण्याचा वा दिसण्याचा संबंध आहे का, हे आम्ही ताडून पाहू लागलो. आमच्या पांडुरंगाला खरंच कृष्णवर्ण शोभून दिसत होता. प्रकाश डुबे खरंच अभ्यासात डुबलेला असायचा, हे त्याच्या मार्कांच्या प्रकाशावरून लक्षात यायचं.

श्वानांसारखा आम्हा चौघांचा कदमला नेहमी गराडा असायचा म्हणून कदमचं दत्ता हे नाव सार्थ वाटत होतं. 'नाव सोनूबाई व हातात कथलाचा वाळा' ही म्हण सार्थ ठरवणारे पंडित, विलास व गणपत हे महाभाग आमच्यात होते. दासरावचं त्याच्या इंग्रजी स्पेलिंगवरून डासराव असं नामकरण झालं होतं. या डासरावच्या खोलीत पॅरासाइट म्हणून राहणाऱ्या दोघांना आम्ही मलेरियल पॅरासाइट म्हणायचो. त्यांतला गलेलठ्ठ होता त्याला P. Ovale म्हणायचो. दुसरा नेहमी थापा मारायचा, false बातम्या पेरायचा म्हणून त्याला P. Falsiparum म्हणून संबोधायचो.

आमच्या वर्गात हरी व भगवान हे दोन जानी दोस्त होते. नेहमी बरोबरच असायचे. ओपीडीत भागवत सरांनी क्लिनिकसाठी हर्नियाच्या पेशंटला हरीकडे जाण्यास सांगितलं.

"मी तुम्हाला हरीकडे पाठवतोय. तुमच्या त्रासाबद्दल त्यांना व्यवस्थित सांगा."

पेशंट घाबरलाच. म्हणाला, "साहेब, काय पण करा पण (वर पाहून) हरीकडे पाठवू नका."

सर हसले व आमच्या हरीकडे बोट दाखवून म्हणाले, "अरे तुला वरच्या नाही या हरीकडे पाठवतोय."

पेशंटने टाहोच फोडला. म्हणाला, "साहेब, तुम्ही वाकडी वाट करून वरच पाठवलात की हो."

सरांनी विचारलं, "मग तुला भगवानकडे पाठवलं तर चालेल का?"

पेशंटने ताबडतोब धूम ठोकली, हे सांगायला नकोच.

आम्हाला दुसऱ्या वर्षी फोरेन्सिक मेडिसीन हा विषय होता. आमच्याबरोबर परीक्षेला एक बॉस (वर्षानुवर्ष विद्यार्थी) होता. त्याला सरांनी प्रश्न विचारला, 'फोरेन्सिकच्या भाषेत सांग, तू माझा खून केलास तर त्याला काय म्हणशील?"

अपेक्षेप्रमाणे त्याला उत्तर देता आलं नाही. सर हिन्ट देत होते.

foetus चा खून केलास तर foeticide म्हणतात. infant चा केल्यास?

बॉस : infanticide

सर : व्हेरी गुड. स्वत:चा केल्यास?

बॉस : suicide

सर : मग माझा केल्यास? परत गाडी अटकली.

सर- अजून एक शब्द ending with -icide?

बॉसनं डोकं खाजवलं, खाजवलं व उद्गारला, 'insecticide!'

सरांची हसून हसून पुरेवाट झाली. हा विद्यार्थी पुढे वर्षानुवर्ष शिकतच होता. याची एमबीबीएसची द्विदशवार्षिक योजना होती. शेवटी आमच्यातलाच एक जण परीक्षक झाल्यावर त्याची परीक्षेच्या वारीतून सुटका झाली. असं म्हणतात की त्याचा मेडिकलला असलेला मुलगा व तो एकाच वेळी पास झाले. नंतर तो मेडिकल ऑफिसर म्हणून नोकरीस लागला. अशी वदंता आहे की त्याच्या हाताखालील स्टाफने त्याचा वेलकम व निवृत्तीचा समारंभ एकाच दिवशी सकाळी व संध्याकाळी साजरा केला होता. त्याच्याबद्दल आम्ही एक आख्यायिका रचली होती. त्याच्याकडे आलेल्या प्रत्येक रुग्णाला तो बी कॉंप्लेक्स इंजेक्शनचा प्रसाद द्यायचा. व त्याचा हात फार हलका आहे हे प्रशस्तिपत्र मिळालं की तो खूश व्हायचा. त्याच्या हातातलं जडत्व बहुतेक डोक्यामध्ये गेलं असावं. पेशंटच्या अतोनात गर्दीमुळे इंजेक्शनपूर्वी वस्त्र बाजूला करून स्पिरिट लावायचंही कधीकधी राहून जायचं. असंच एका पेशंटला त्यानं कंबरेवर इंजेक्शन दिलं. पेशंटनं त्याच्या हलक्या व साफ हाताची तोंड भरून स्तुती केली. मित्राचा चेहरा आनंदानं उजळून निघाला. पेशंटनं फी देण्यासाठी मागील खिशातलं पाकीट काढलं, पाहतो तो काय, सगळ्या नोटा ओल्या व बी कॉंप्लेक्सने पिवळ्या झालेल्या होत्या!

सर्जरीमध्ये एका सरांचा प्रोस्टेट हा शोधनिबंधाचा विषय होता. त्यांनी ओपीडीत एका पेशंटची P/R करून आमचं प्रोस्टेटवर तासभर क्लिनिक घेतलं. पण सर P/R करताना आत घातलेलं बोट काही बाहेर काढीनात. पेशंटची चुळबुळ सुरू झाली. सरांनी आम्हाला केबिनबाहेर पिटाळलं. आम्हाला संशय आल्यानं आमच्यातला एक जण केबिनमध्ये हळूच डोकावला. पाहतो तो काय, सरांनी बाहेर काढलेल्या बोटावरचं ग्लोव्हज फाटलेलं होतं.

प्रसूतिनंतर संततिनियमनाचं महत्त्व एका अशिक्षित बाईंना आमच्या अविवाहित प्रोफेसर समजावून सांगत होत्या. त्यांनी डायफ्रामचा वापर करण्याची पद्धत व फायदे आपल्या परीनं तिच्यावर ठसवले. हा सगळा प्रकार त्या गावंढळ बाईच्या डोक्यावरून गेल्याचं तिच्या मुद्रेवरून स्पष्ट दिसत होतं. शेवटी मॅमनी विचारलं, 'काय मग वापरणार ना हा डायफ्राम?'

'ए बया, मला काय जमायचं न्हाय, तूच वापर ह्यो डायपाम!'

आम्हाला हसू आवरण्यासाठी प्रयत्नांची पराकाष्ठा करावी लागली.

सर्जरीत आमची वर्गमैत्रीण हायड्रोसिलची केस प्रेझेंट करत होती.

"There is a swelling over scrotum. The skin over the scrotum is normal...'

सरांनी एक बंपर टाकला. "How do u know the normal skin over scrotum?"

तिच्या चेहऱ्यावर शरमेनं व रागानं पसरलेली लाली अजून आमच्या स्मरणात आहे.

मी मेडिकलला असताना माझा वडीलभाऊ विजय, बऱ्यापैकी तबला वाजवत असे. तसे तबल्याचे प्राथमिक धडे त्यानं माझ्या पाठीवरच गिरवले होते. नंतर पं. बहिरगावकरांकडे तो तबला शिकायला जायचा. माझंही नाव त्याच्या आग्रहामुळे तिथं घातलं गेलं. त्यांचा वर्ग वजा घर धावणी मोहल्ल्यात होतं. समोरच एक तालीम होती. तिथं पहिलवान कसून व्यायाम करायचे. तबला क्लासमधले तबल्याचे बोल कानात घुमायचे, तर समोरच्या तालमीतले शड्डू ठोकल्याचे व जोर काढतानाचे हुंकार दूरवर ऐकू जायचे. क्लासमध्ये आम्ही तबल्यावर मेहनत घ्यायचो, तर समोरचे मल्ल आखाड्यात अंगमेहनत करायचे. सुरुवातीला मी मजा म्हणून क्लास सुटल्यावर थोडा वेळ तालमीत घालवायचो. पण नंतर विलंबित त्रिताल आत्मसात करण्यासाठी लागणारा विलंब मला नाउमेद करू लागला. त्यापेक्षा द्रुत गतीनं मी दंड-बैठकांचा ताल आत्मसात करायला लागलो. तबल्यापेक्षा सराईतपणे माझे हात मुद्गलावरून फिरू लागले. तबल्याच्या ख्यालाऐवजी माझा तालमीकडे जास्त खयाल जाऊ लागला. मग एके शुभ दिवशी (संगीताच्या दृष्टीने!) मी तबलावादनाला रामराम ठोकला व तालमीचा रेग्युलर मेंबर झालो. रोजचं एका दमात हजार जोर व पाचशे बैठकांचं लक्ष्य मी लवकरच पूर्ण केलं. तालमीतल्या जोरांसारखा जोर अभ्यासातही लावायचा मी प्रयत्न केला. तिथल्या बैठकांसारखी बैठक शिक्षणात जमविण्यासाठी बरेच कष्ट घेतले. तालमीतल्यासारखं मला वैद्यकीय क्षेत्रातही पहिलवान व्हायचं होतं. अगदी खाशाबा नाही तरी मला औरंगाबादचा मारुती माने बनायचं होतं. त्या काळी बद्री पहिलवान नायक असलेला एक 'डंका' नावाचा चित्रपट गाजत होता. तेव्हापासून माझ्या मित्रांनी माझं टोपणनाव 'बद्री डंका' असं ठेवलं होतं.

मेडिकलला असताना घडलेली एक संस्मरणीय घटना म्हणजे आमच्या कँटिनमधली मारामारी. निमित्त होतं विद्यार्थी संसदेची निवडणूक. जेता गट तळघरातल्या कँटिनमध्ये विजयोत्सव साजरा करत असता पराभूत गटानं खुर्च्या, लाथाबुक्क्यांनी त्यांच्या

कपाळावर व अंगावर रक्ताचा गुलाल उधळला. त्या वेळी हजर असलेल्या एका मित्रानं घाबरून स्वयंपाकघर गाठलं. अंगावरचा शर्ट-बनियन काढून भांड्यातला चहा तो ढवळत बसला. हेतू हा की पाहणाऱ्यास तो कूक वाटावा व त्यामुळे मारापासून सुटका व्हावी. दुसरा एक मित्र फेकलेल्या खुर्च्या लागू नयेत म्हणून खिडकीच्या गजांवर चढून वानरासारखा लटकला होता. आम्ही मित्रांनी रिगल थिएटरमध्ये 'पूरब पश्चिम' हा सिनेमा गाठला. हॉस्टेलवर राहणारे मित्र त्या रात्री माझ्या घरी मुक्कामास होते.

त्या काळी मेडिकलच्या विद्यार्थ्यांची गावात दादागिरी चालायची. सिनेमाला कितीही गर्दी असो, मेडिकलचा विद्यार्थी म्हटलं की ताबडतोब तिकीट मिळायचं. ६६ चं पाक युद्ध नुकतंच संपलं होतं. त्या काळी सिनेमा संपल्यावर देशभक्ती जागवण्यासाठी सिनेमागृहात राष्ट्रगीत वाजवायचे. एकदा आमची आख्खी क्रिकेट टीम मॅच जिंकून अप्सरामध्ये 'तिसरी कसम' बघण्यास गेली होती. गावातला एक दादा राष्ट्रगीताच्या वेळी आरामात खुर्चीवर बसून ऐटीत सिगारेटचे झुरके घेत होता. आमच्या निदर्शनास हे आल्याबरोबर राष्ट्रगीताचा अवमान केल्याने सगळे त्याच्यावर तुटून पडले. नाकातून रक्त येईपर्यंत सर्वांनी त्याचा समाचार घेतला व नंतर घाटीत नेऊन त्याच्या उपचाराची सोयही केली.

आमची क्रिकेट टीमही खास होती. आम्ही आंतरमहाविद्यालयीन क्रिकेट स्पर्धेत लागोपाठ तीन वर्षं जेतेपद खेचून आणलं होतं. विद्यापीठाच्या अकरा जणांच्या टीमपैकी सहा जण मेडिकलचे होते, यावरून क्रिकेटवरील आमच्या त्या कालीन वर्चस्वाची कल्पना येईल. आमच्या टीमचं आणखी एक वैशिष्ट्य होतं- मैदानावर चौकार-षट्कारासाठी आमची बॅट ज्या वेगानं तळपत असे, त्याहीपेक्षा जास्त वेगानं आमचं डोकं व लेखणी परीक्षेत चालत असे. क्रिकेट व अभ्यास या दोहोंमध्ये आमचा नंबर अव्वल असायचा.

आमच्या कॅम्पसमध्येच डीनचा बंगला होता व समोर ॲनिमल हाउस होतं. त्यांच्या पाट्या दिशादर्शक बाण दाखवून लावल्या होत्या. आम्ही रोज रात्री त्यांच्या दिशांची अदलाबदल करायचो. चिडून डीननी ॲनिमल हाउसची पाटी काढून टाकली. मग डीनच्या पाटीचा बाण ॲनिमल हाउसकडे फिरू लागला, म्हणून शेवटी ती पाटीसुद्धा काढण्यात आली.

अशा बऱ्याच गमतीजमती होत अखेर आमचं एमबीबीएसचं घोडं गंगेत न्हालं. शिक्षणातला पहिला टप्पा पूर्ण झाला व आयुष्यातलं एक पर्व पंचेचाळीस वर्षांपूर्वी समाप्त झालं!

◆

किस्सा एमडीचा!

मी १९७१ ला एमबीबीएस झालो तेव्हा माझा भाऊ अमेरिकेत होता. सगळे मला म्हणायचे, 'तू पण तिकडे का जात नाहीस?'

तेव्हा मी म्हणायचो, 'मला देशसेवा करायचीय.'

तेव्हा एक खवचट सवंगडी म्हणालाच, "अरे तू अमेरिकेला जाणे यापेक्षा मोठी देशसेवा असूच शकत नाही."

एमडी करत असताना मला वैद्यकीय शास्त्र तर शिकायला मिळालंच; त्याशिवाय मानवी स्वभावाचे चांगले-वाईट पैलूही पाहायला मिळाले. उत्कृष्ट गुरुजनांच्या मार्गदर्शनाबरोबरच बऱ्याच शिक्षक, मित्र व सिस्टर्स यांच्याबद्दल हसरे अनुभवही आले, ते थोडक्यात सांगतो.

एमडी करत असताना निवासी डॉक्टर म्हणून चोवीस तास उपलब्ध असायचो.

एका रात्रपाळीच्या सिस्टरने मला लेखी निरोप पाठवला—

Sir, patient has developed retention of urine. Pl come and pass urine!

दुसरे वेळी एकीने लिहिलं होतं—

Patient is serious. He is breathless. His pulse is accountable.

वॉर्डात जाऊन पाहिलं तर काय, पेशंटने इहलोक सोडला होता. मी सिस्टरला विचारलं, 'असा चुकीचा निरोप का पाठवला?' तिचं उत्तर ऐकून माझेच हसून हसून प्राण जायची वेळ आली. तिचं म्हणणं ब्रीथलेस म्हणजे श्वास नसलेला व अकाउंटेबल म्हणजे नॉट

काउंटेबल.

रात्री दोन रोगी ॲडमिट झाल्याने मला सिस्टरने कॉल पाठवला—

Two patients admitted, both have cocks!

तिला Koch's म्हणायचं होतं. मला रॉबर्ट कॉकच्या शोधाला वाहिलेली ही श्रद्धांजलीच वाटली.

डॉक्टरांनी दिलेल्या सूचना तंतोतंत पाळायच्या असतात, अशी सिस्टरना शिकवण असे. मी रात्री अकराच्या सुमारास वॉर्डमध्ये राउंडला गेलो होतो. एक सिस्टर एका गाढ झोपलेल्या पेशंटला गदागदा हलवून उठवत होती. मी म्हटलं, "सिस्टर, झोपू द्या की बिचाऱ्याला."

"नाही हो डॉक्टर, त्याला झोपेची गोळी द्यायची राहिलीये!"

वॉर्डमध्ये ॲडमिशन व डेथ रजिस्टर असायचं. एक सिस्टर ॲडमिट झालेल्या रोग्यांची नावं डेथ रजिस्टरमध्ये लिहायची. तिला बहुतेक भविष्याचं ज्ञान असावं. तिचा माझ्या औषधोपचारांवरचा दृढ विश्वासही यास कारणीभूत असावा. तशीच मृत्यू पावलेल्यांची नावं ती ॲडमिशन रजिस्टरमध्ये नोंदवायची. तिला बहुतेक रुग्णाचा स्वर्गातील प्रवेश अभिप्रेत असावा. पूर्वजन्मी ती स्वर्गाच्या प्रवेशद्वारावर चित्रगुप्ताचं काम करत असावी.

वॉर्डात काम करत असताना कैक गमती होत. आमचा एक मित्र महाबिलंदर होता. त्याला वॉर्डमधील कामात फारशी गती नव्हती. त्याला आम्ही रताळू म्हणायचो. बरेच वेळा निवासी डॉक्टर्स व सिस्टर्स एकत्र डबा खात. एके दिवशी आषाढी एकादशी होती. डब्यात साबूदाण्याची खिचडी, बटाट्याचा व रताळ्याचा कीस, भगरीचं थालिपीठ असे अनेक पदार्थ होते. आमच्या रताळ्याने ठरवून तुकडा टाकला, 'सिस्टर, मला जरा कीस देता का?' मग कीस या शब्दाच्या वेगवेगळ्या अर्थांचा कीस पाडला गेला.

मी म्हणालो, "हा 'रताळ्या'चा कीस कुणाला आवडतो त्यानं घ्यावा."

सिस्टर काय समजायचं ते समजली. पुढे दोन वर्षांनी त्यांचं लग्न झालं.

माझ्या एका मित्राला नर्सेसबद्दल फार आपुलकी असायची. बऱ्याचदा त्याच्या वागण्यातूनही ती व्यक्त व्हायची. सरांकडे आलेल्या अशा तक्रारीमुळे सरांनी त्याला बोलावून विचारलं, "I heard that you are mishandling the sisters!"

त्यानं गंभीर चेहरा करून साळसूदपणे उत्तर दिलं, "Sorry sir, From tomorrow I will handle them carefully!"

सरांच्या गंभीर चेहऱ्याची इस्त्री ताबडतोब मोडून गेली.

माझा एक निवासी डॉक्टर कामचुकार होता. रात्रीबेरात्री झोपमोड होऊ नये म्हणून सिरिअस पेशंट्सची डेथ सर्टिफिकेट्स तो आधीच भरून ठेवायचा. रात्रीतून

रोगी दगावल्यास सिस्टर ते सर्टिफिकेट नातेवाइकांना देऊन टाकायची व त्याची झोपमोड व्हायची नाही. एकदा रात्री ओळखीच्या पेशंटला बघायला प्रोफेसर वॉर्डात आले असताना अशी दोन सर्टिफिकेट्स त्यांच्या नजरेस पडलेली. सरांनी कुणाची सर्टिफिकेट आहेत अशी विचारणा केल्यावर वॉर्डबॉयने पेशंट्सकडे बोट दाखवलं. एक बिचारा ऑक्सिजन लावलेला पेशंट धापा टाकत होता तर दुसरा यमराजाच्या प्रतीक्षेत पैलतीरी ध्यान लावून बसला होता. सरांच्या लक्षात एकंदर सारा प्रकार आला. नंतर आठवडाभर त्या डॉक्टरच्या रेसिडेन्सीचं डेथ सर्टिफिकेट लिहायचा विचार सरांच्या डोक्यात ठाण मांडून बसला होता व हा महाभाग सस्पेंशनच्या भीतीने पेशंटसारखा ऑक्सिजनवर होता.

आमचा एक वरिष्ठ सहकारी कधीतरी आठवड्याला अंघोळ करायचा. त्यामुळे तो दृष्टीपथात येण्याच्या आधीच वासामुळे त्याच्या आगमनाची खबर लागायची. यावरून वासाचा वेग प्रकाशापेक्षा कितीतरी पटीने जास्त असतो, असा नवीन सिद्धान्त तयार करून नोबेल पारितोषकासाठी आम्ही दावा करणार होतो. स्नेहसंमेलनात त्याच्यासाठी आम्ही एक खास फिश पाँड तयार केला होता. त्याला व्यासपीठावर बोलावून प्रमुख पाहुण्यांच्या हस्ते 'अंघोळीसाठी' असं लिहिलेला एक पॅक भेट म्हणून दिला. सर्वांसमोर ती भेटवस्तू उघडून दाखवण्याची आम्ही त्याला जाहीर विनंती केली. मित्राने मोठ्या उत्सुकतेने बाहेरील पॅकिंग फोडलं. आत दोन पॅक होते. एका पॅकवर मजकूर होता 'अंग स्वच्छ निघण्यासाठी.' सर्वांना वाटलं आत नक्की साबण असेल. फोडून पाह्यलं तर काय? आत निघालं 'हार्पिक.' ते पाहताच सर्व प्रेक्षागृह टाळ्या व शिट्ट्यांनी दणाणून गेलं.

दुसऱ्या पॅकवरील मजकूर होता, 'डिओड्रंट फक्त तोंडासाठी!'

सर्वांची उत्सुकता शिगेला पोचली होती. सगळे प्रेक्षक-विद्यार्थी आपापल्या जागी उभे राहिले होते. अखेर आत निघालं 'ओडोनिल!' खुर्च्यांचा दणदणाट, हास्याचे चीत्कार, शिट्ट्या व टाळ्यांनी पुढची दहा मिनिटं तरी आसमंत व्यापला होता! त्याला अंघोळीसाठी हार्पिक व तोंडात ठेवण्यासाठी ओडोनिल देण्याच्या कल्पनेचे जनक अस्मादिकच होते, हे सांगण्याची गरज नाही!

'घाटी'मध्ये नर्सिंग होम नावाचा एक स्पेशल खोल्यांचा विभाग होता. तिथं स्वतःला व्हीआयपी म्हणवून घेणारे रुग्ण ॲडमिट होत.

मुख्य वैद्यकीय अधिकारी असलेला आमचा सरदारजी मित्र सिंग रात्रीच्या ड्यूटीवर होता. सिंगचा तापानं फणफणलेला एक तरुण मित्र रात्री एक वाजता आला. सिंगनं त्याला नर्सिंग होमला ॲडमिट करायचं ठरवलं व फोन ऑपरेटरला नर्सिंग होमचं कनेक्शन जोडून देण्यास सांगितलं. अर्धवट झोपेत असलेल्या ऑपरेटरनं नर्सेस हॉस्टेलला फोन लावून दिला. नंतरचा संवाद मोठा

श्रवणीय आहे—

"सिस्टर, मी सिंग बोलतोय."

"बोला सर."

"मी माझ्या जवळच्या मित्राला रात्रीकरता पाठवतोय. तो रात्रभर तिथं राहील."

"सर..."

"त्याची अजिबात गैरसोय व्हायला नको."

"अहो सर..."

"मला काही सांगू नका. गरजेच्या गोष्टी त्याला मिळतील याकडे लक्ष द्या. हे नाही मिळालं, ते नाही मिळालं अशी त्याची अजिबात तक्रार सकाळी यायला नको."

"पण सर..."

"पणबिण काही नाही. त्याला स्पेशल रूम द्या. आणि हो, तो सरकारी नोकर आहे, त्याला अर्धेच चार्जेस लावा."

"बरं सर" म्हणून सिस्टरनं फोन ठेवून दिला.

नंतर ऑपरेटरनं केलेल्या फोनच्या गोंधळाचा उलगडा दोन गोष्टींमुळे झाला. एकतर मित्राला नर्सिंग होमला गेल्यावर जागा मिळाली नाही. तिथल्या सिस्टरनं कानावर हात ठेवले म्हणून व दुसरं म्हणजे 'तुमचा मित्र अजून आला नाही' म्हणून दुसऱ्या सिस्टरचा हॉस्टेलवरून फोन आला म्हणून!

आम्ही शिकत असताना मुंबईच्या एका हृदयरोगतज्ज्ञांची दिवसभराची कार्यशाळा आयोजित केली होती. त्या काळी फोनोकार्डियोग्राफी नावाची एक स्पेशल चाचणी होत असे. चर्चा करताना त्यांनी विचारलं, "तुमच्या डिपार्टमेंटमध्ये फोनो फॅसिलिटी उपलब्ध आहे का?"

आमचा उत्साही मित्र सिंग लगेच उत्तरला, "हो सर. आमच्याकडे प्रत्येक वॉर्डमध्ये फोन आहे."

नंतर हृदयरोगतज्ज्ञांनी त्यांची चर्चा लवकर आटोपती घेतली हे सांगायला नकोच.

आमचे एक सर- जे मी प्राध्यापक झाल्यावर माझे सहकारी झाले- जरा बढाईखोर होते. 'आपल्या प्रोफेसरांना काय येतं, मी त्यांच्यापेक्षा कितीतरी हुशार आहे' असं ते नेहमी बोलून दाखवत. मी एकदा त्यांची गंमत करायचं ठरवलं. ते गप्पा मारण्यासाठी खोलीवर आले असता त्यांच्या नकळत टेपरेकॉर्डर सुरू केला. त्यांना सूचक प्रश्न विचारून- चावी देऊन- प्रोफेसरांबद्दल बऱ्याच निंदात्मक गोष्टी वदवून घेतल्या. नंतर त्यांना तो टेप ऐकवल्यावर त्यांच्या पडलेल्या चेहऱ्याचा आम्ही फोटो काढून ठेवला होता. या प्रसंगानंतर ते आम्हाला वॉर्डमधील चुकांबद्दल कधीच रागावले नाहीत, हे सांगणे नकोच.

या सरांच्या बायकोचा एक मोठा अपघात झाला. खूप रक्तस्रावामुळे त्यांना आयसीयू मध्ये ठेवून दहा बाटल्या रक्त देण्यात आलं. नंतर बऱ्याच दिवसांनी त्यांची रस्त्यात सपत्नीक गाठ पडली. सरांनी माझी ओळख करून दिली तेव्हा मी म्हटलं, "इनके रगोंमे तो मेराही खून दौड रहा है!"

भांबावलेल्या प्रश्नार्थक चेहऱ्याने त्यांनी पाहिल्यावर मी खुलासा केला, "अहो, काही गैरसमज करून घेऊ नका. पूर्वी त्यांना मार लागलेला असताना मी त्यांना रक्त दिलंय."

ओपीडीत आम्ही निवासी डॉक्टर खालच्या मजल्यावर बसायचो व आमच्या या सरांची ओपीडी वरच्या मजल्यावर असे. फार पेशंट ॲडमिट केल्यास सर खूप चिडायचे. मला एक भिकू नावाचा पेशंट ॲडमिट करायचा होता. तोसुद्धा ॲडमिट करा म्हणून अगदी गयावया करत होता.

मी एक क्लृप्ती केली. मी भिकूला चांगलं पढवून वर सरांकडे पाठवलं, 'तू वर तीस नंबरच्या खोलीत जा. तिथले मोठे साहेबच तुला ॲडमिट करू शकतील. त्यांना सुरुवातीला नाही म्हणायची सवयच आहे; पण तू सात-आठ वेळा म्हटलास तर ते ऐकतील. समजा त्यांनी नाहीच ऐकलं तर त्यांचे पाय धर. तरी नाही ऐकलं तर त्यांना चहा पाजतो असं सांग. ते रागावलेच तर शेवटी त्यांच्यासमोर एक रुपया ठेव. मग तुझं काम झालंच म्हणून समज. आणि एक गोष्ट, मी पाठवलंय म्हणून सांगू नकोस. नाहीतर तुझं काम अजिबात होणार नाही.'

भिकू आनंदानं वर गेला. थोड्या वेळानं सर स्टीम इंजिनसारखे रागारागानं फुत्कार सोडत जाताना आम्हाला दिसले व इंजिनामागील डब्यासारखा भिकू मागोमाग त्यांचा पाठलाग करताना दिसला! सरांसमोर क्लिनिकला असलेल्या बॅचकडून 'आँखो देखा हाल' समजल्यावर आमची हसून हसून मुरकुंडी वळली.

काही वर्षांनी ही स्वारी दुसऱ्या ठिकाणच्या वैद्यकीय महाविद्यालयात बदलून गेली. मी त्यांना भेटायला गेलो असता आयुष्यात पहिल्यांदाच त्यांनी मला चहा पाजला. रिकामे कप नेण्यासाठी पोऱ्या आला. महाराजांनी खिशातून ऐटीत दहा रुपयांची नोट काढून त्याच्या हातावर ठेवली व एक डोळा माझ्याकडे करून -मी ऐकतोय अशी खात्री करून- सांगितलं, "बाकीचे पैसे ठेवून घे रे."

"साहेब, मागच्या दोन महिन्यांचे पैसे केव्हा देता?"

मला त्यांचा पडलेला चेहरा बघायची सवयच होती!

एका सरांना आपल्या अचूक रोगनिदानाबाबत अभिमान होता. वॉर्डमधील एका रुग्णाला प्लूरसी (फुप्फुस आणि छातीच्या पोकळीतील ऊतींची सूज) आहे व एक विशिष्ट प्लूरल रब नावाचा आवाज स्टेथोने तपासल्यानंतर ऐकू येतोय, असं निदान त्यांनी केलं. माझ्या लक्षात ही गोष्ट आली नव्हती. सरांनी निष्काळजीपणा व त्याचे

तोटे यावर माझा चेहरा पडेपर्यंत मोठ्ठं लेक्चर दिलं. माझ्या स्टेथोनं ऐकू न येत असलेली प्लूरल रब सरांच्या स्टेथोनं कशी बरोबर ऐकू येत आहे हे गूढ उकलण्याचा मी प्रयत्न केला. मग थोड्या वेळानं लक्षात आलं की सरांच्या स्टेथोचा डायफ्राम फाटलेला आहे व त्यामुळे तो खरखर आवाज येत होता. आता चेहरा पाडण्याची सरांची पाळी होती!

आमच्या दुसऱ्या एका सरांना आम्ही 'होयबा सर' किंवा 'कव्वाल सर' म्हणायचो. कव्वालीत मुख्य गायकाच्या मागे बसलेले साथीदार शेवटची ओळ परत जशीच्या तशी म्हणून दाखवतात, तसं हे सर करायचे. समोरच्या व्यक्तीच्या बोलण्यातलं शेवटचं वाक्य पुन्हा बोलायची त्यांना खोड होती. उदा. 'या रोग्याला ल्युकिमिया झाला आहे.'

'हो, ल्युकिमिया झाला आहे!'

या सरांना विषयात थोडी कमी गती होती. त्यामुळे वेळोवेळी त्यांची परीक्षा घेण्याचा मोह आम्हाला आवरायचा नाही.

सकाळी वॉर्ड राउंडच्या वेळी आम्ही पेशंटची चुकीची माहिती मुद्दाम देत असू, 'सर, या रुग्णाला हृदयविकाराचा झटका आलेला आहे. हा बघा अगदी क्लासिकल ईसीजी आहे.' सरांच्या मर्यादित विषयप्रावीण्यामुळे ते रुग्णास तपासल्याची व काळजीपूर्वक ईसीजी नजरेखाली घातल्याची बतावणी करायचे आणि नेहमीच्या कव्वालीने योग्य निदान व उपचार केल्याबद्दल आम्हाला शाबासकी द्यायचे. तेवढ्यात आमच्या कटात सामील झालेला आमचा लेक्चरर मित्र आम्हाला झापायचा.

'एवढा ईसीजीसुद्धा तुम्हाला समजत नाही.' अशी कानउघाडणी करायचा. 'लेकी बोले, सुने लागे' असा उद्देश असायचा. अशा तऱ्हेनं सरांचं निदानकौशल्य जगजाहीर व्हायचं.

'सर, या पेशंटला मायट्रल स्टेनोसिसची अगदी क्लासिकल मर्मर आहे.'

सरांची पेशंटला तपासल्यावर कव्वाली व्हायची, 'येस, क्लासिकल मर्मर आहे.' मग नंतरच्या पेशंटजवळ गेल्यावर आम्ही चेहरा पाडायचो. 'सर, चुकून आम्ही याच पेशंटची माहिती आधीच्या पेशंटजवळ सांगितली.' अशी दिलगिरी व्यक्त करायचो. मग सर मोठ्या मनानं आमच्यापेक्षाही जास्त चेहरा पाडून आम्हाला (व स्वतःला) माफ करायचे.

आम्ही एका कॉन्फरन्सकरता या सरांसमवेत बंगळुरूला गेलो होतो. डिनर आटोपल्यावर परत जाताना बसमध्ये आमच्याबरोबर चंडीगढचे प्रसिद्ध प्रोफेसर होते. त्यांनी आमची विचारपूस केली व विचारलं,

''तुमच्याकडे या विषयाचे डॉक्टर आहेत का?''

आम्ही सरांना खूश करण्यासाठी म्हणालो,

"हो, आमच्याकडे ख्यातनाम डॉक्टर आहेत."

म्हातारबुवा ताड्कन म्हणाले, "काय, ख्यातनाम! मी या असोसिएशनचा संस्थापक आहे. मी तर यांचं नाव पण ऐकलं नाही."

सरांनी तिकडे दुर्लक्ष केल्यासारखं केलं. पण बसमधून उतरल्यावर त्यांना ख्यातनाम म्हटल्याबद्दल आमची चांगलीच खरडपटी काढली. स्तुती केल्यामुळेही कानउघडणी होऊ शकते, हे आम्हाला पहिल्यांदाच कळलं.

हेच सर सकाळी वॉर्ड राउंडला आले की साळसूदपणे आम्ही आमच्या आदले दिवशी ठरवलेल्या शंका विचारायचो. आमचा हेतू ज्ञान मिळवण्यापेक्षा सरांचं ज्ञान टेस्ट करण्याचा असे. आमचे सर अचूक उत्तर देऊन कधीही आमचा अपेक्षाभंग करत नसत. मग आम्ही खरी माहिती सांगून पुरावा म्हणून हॅरिसन दाखवायचो. त्यानंतरचं त्यांचं उत्तर मोठं छान असायचं, "अरे, मी सांगतो ती माहिती अतिशय नवीन आहे. मी दोन महिन्यांपूर्वीच्या दिल्लीच्या कॉन्फरन्समध्ये याविषयीचा शोधनिबंध ऐकला होता. हे सगळं ज्ञान पाठ्यपुस्तकात यायला अजून पाच-दहा वर्षं तरी लागतील." आम्ही मग सरांच्या अद्ययावत ज्ञानानं अचंबित होऊन एकमेकांकडे बघून दाद दिल्याचा अभिनय करायचो. यात मेख एवढीच की माझ्या तीन वर्षांच्या 'एमडी'च्या काळात केव्हाही प्रश्न विचारला तरी सरांची 'कॉंफरन्स' त्याच्या नेमकी दोन महिने आधीच व तीही दिल्लीलाच झालेली असायची!

आम्हाला रुग्णाची रक्त, मल-मूत्र आदीची तपासणी कक्षातल्याच लॅबमध्ये करावी लागे. आमचे सर आमच्यावर वचक राहावा म्हणून मधून मधून लॅबची तपासणी करायचे. आवश्यक रसायने आहेत का नाही, ताजे आहेत का नाही याची ते वास घेऊन खात्री करायचे. एका बाटलीत काळी पावडर कशाची आहे असं त्यांनी विचारलं. मी ठोकून दिलं, 'बेंझिडीन पावडर.' त्यांनी झाकण उघडून वास घेतला व चेहरा वेडावाकडा केला, 'नही यार, ये तो काफी पुराना stool है!' आम्हाला हसू आवरण्यास महाप्रयास पडले.

दुसऱ्या एका सरांकडे एक 'चलती का नाम गाडी' टाइप सेकण्ड हँड कार होती. तिची खासीयत म्हणजे तिला पेट्रोल फारच कमी लागे. कारण बहुतेक वेळा ती मनुष्यबळावर व धक्क्यांवरच चालायची. तिच्यासाठी सरांनी ड्रायव्हर व क्लिनर ठेवला होता. आम्ही तिला बैलगाडी म्हणायचो. कारण बैलगाडीही हरवू शकेल अशी तिची गती होती. फरक एवढाच होता की समोरील बैलांऐवजी हे बैल मागे जुंपलेले असत. त्यामुळे गाडी ओढण्याऐवजी ढकलावी लागे. एकदा आम्ही औरंगपुऱ्यातून घाटी हॉस्पिटलला चाललो होतो. गाडीत बसलेले सर मागून आले. सरांनी गाडी थांबवून लिफ्ट देऊ केली. पण आम्ही मोठ्या विनयाने ती नाकारली व आम्ही सांगितलेलं कारण सरांनाही पटलं. आम्ही म्हटलं होतं, 'सॉरी सर, पेशंट

अत्यवस्थ असल्याने जरा लवकर पोचायचं आहे.' पूर्वी या गाडीने बऱ्याच जणांना 'पोचवलं' होतं, तसं आम्हाला भलतीकडेच पोचायचं नव्हत, हेही एक कारण होतं. असं म्हटलं जायचं की नवी असताना ही गाडी आलिशान बीएमडब्ल्यू होती; पण तिच्या पूर्वीच्या मालकानी ठोकर देऊन देऊन तिची नॅनो केली होती.

माझा एक सहाध्यायी मित्र फारच आळशी होता. त्याच्या रूमवर पलंगाच्या बाजूलाच पुस्तकांचं शेल्फ होतं. अभ्यास करता करता डुलकी येऊन हातातून पुस्तक खाली पडायचं. हा पठ्ठ्या पुस्तक उचलण्यासाठी खाली वाकण्याचेसुद्धा श्रम घ्यायचा नाही. लगेच शेल्फवरचं दुसरं पुस्तक घ्यायचा व 'नवं पुस्तक नवा अभ्यास' या तत्त्वानं ज्ञानसाधना करायचा. सकाळ होईपर्यंत शेल्फवरची बहुतेक पुस्तकं जमिनीवर आलेली असायची. वॉर्डमध्येसुद्धा पेशंटची नाडी बघण्यासाठी खाली वाकण्याऐवजी तो पेशंटलाच हात वर करायला सांगायचा.

माझा दुसरा सहकारी स्कीन व व्हीडी विभागात बरीच वर्षं होता. व्हीडी म्हणजे गुप्तरोग व तत्सम विकार. याला त्या अवघड जागीच्या विषयात भयंकर रस होता. बरेच गुप्तरोग झालेले रोगी ओपीडीत यायचे. सिफिलीसमुळे गुप्तांगावर एक जखम होते, तिला शँकर म्हणतात. या मित्राचं शँकर निरीक्षण विलक्षण सूक्ष्म असायचं व त्याची स्मरणशक्ती तर अफलातून होती. प्रत्येक रोगी कोणत्या वारांगनेकडे गेला होता, केव्हा गेला होता, किती वेळा गेला होता ही सविस्तर माहिती हा विचारून ठेवायचा. या सर्व माहितीची सांगड तो शँकरची जागा, आकार व साइज यांच्याशी घालायचा. पुढेपुढे तर पेशंटनं तोंड उघडण्याआधीच शँकर पाहून तो ओळखायचा व विचारायचा, 'काल केसरबाईकडे गेला होता ना?', 'तू आठवड्यापूर्वी कमलाबाईकडे गेला होतास वाटतं!' त्याने विविध पेशंट्सच्या शँकरचे व व्रणांचे फोटो काढून एक अल्बमच तयार केला होता. बाजारात कोणत्या वारांगनेला जास्त मागणी आहे, कुणाची किती कमाई आहे, या धंद्यात कुणी नवीन आलंय का,सारख्या गोष्टींबाबत त्याचं अनुमान बरंच अचूक ठरायचं. अशी दंतकथा आहे की एकदा एका प्रेताच्या गुप्तांगावरच्या शँकरची जखम पाहून 'मयत तीन दिवसांपूर्वी कमलाबाईकडे गेला होता' असं अनुमान यानं पोलिसांना सांगितलं. यावरून पोलिसांनी कमलाबाईंकडून अधिक माहिती काढून खुन्यास अटक केली होती. गुप्तांगावरची जखम वा व्रण बघून हा बरीच माहिती हेरायचा म्हणून याला आम्ही 'गुप्तहेर' म्हणायचो.

अशा तऱ्हेनं आमची एमडी करतानाची तीन वर्षं कशी संपली, हे कळलंच नाही. या काळात आम्हाला काही पॉझिटिव्ह व काही निगेटिव्ह रोल मॉडेल भेटले. दोघांपासूनही आम्ही बऱ्याच गोष्टी शिकलो. सरांनी आम्हाला दिलेल्या 'सदैव विद्यार्थी राहा' या शिकवणीचं आम्ही पालन करत राहिलो.

गेल्या पन्नास वर्षांत वैद्यकीय ज्ञानात व उपचारात खूपच चांगले बदल झाले

आहेत. पूर्वी ज्या आजारांच्या रुग्णांनी वॉर्ड भरलेले असायचे, ते आजार डॉक्टरांच्या नवीन पिढ्यांनी पाहिलेलेसुद्धा नाहीत. घटसर्पात घट झाली आहे. धनुर्वात नाहीसा झाला आहे. कॉलरा व टॉयफॉईड नामशेष होण्याच्या मार्गावर आहेत. आजारांच्या संक्रमणाबरोबरच हल्ली नवीन डॉक्टरपिढीचे विचार व डॉक्टर-रुग्ण संबंधातही बदल होताहेत.

कावीळ आजार दुर्मिळ झाला असला तरी एकमेकांबद्दलच्या असूयेची कावीळ फैलावत चालली आहे. पोलिओने लोक पांगळे होत नाहीत; पण आपुलकी, मैत्रीची भावना पांगळी होत चालली आहे. देवी या आजाराचे रुग्ण दिसत नसले तरी वेगळ्या देवींचं- लक्ष्मीचं प्राबल्य वाढत चाललं आहे. घटसर्प घटला असला तरी संपत्तीचा दर्प वाढतोय. 'कर लो दुनिया मुट्ठी में' च्या जमान्यात मुठीतून समाधान व माणुसकी निसटून चालली आहे. इंटरनेटने जग जवळ आणलं असलं तरी कुटुंबातील एकमेकांतलं अंतर वाढवलंय. आयुष्यमान मोठं झालंय परंतु मन छोटं झालंय. प्रत्येकाकडे चारचाकी आलीय; पण संसाराची दोन चाकं ही कल्पना अस्तंगत होण्याच्या मार्गावर आहे. 'लिव्ह इन' बरोबरच 'युज अँन्ड थ्रो' वाढत चाललंय. 'जगा आणि जगू द्या,' हा जुना शिरस्ता अडगळीत पडलाय. हे काहीही असलं तरी एकंदरीत ताळेबंद जमेच्या बाजूनं आहे.

भरघोस पिकाबरोबर थोडंसं तणही उगवणारच, असं गृहीत धरून चालू या झालं!

◆

मा मा
(माझी मास्तरकी)

वैद्यकीय महाविद्यालयात प्राध्यापक असताना माझं आयुष्य आखीव रेखीव होतं. सकाळी आठ वाजता लेक्चर, नऊ वाजता वॉर्ड राउंड, साडेअकरापर्यंत विद्यार्थ्यांचं क्लिनिक, बारा ते दीड पदव्युत्तर विद्यार्थ्यांचा वर्ग असायचा. आठवड्यातून एक दिवस ओपीडी असायची व चोवीस तास उपलब्ध असायचो.

त्यामुळे बराच फावला वेळ मिळायचा. म्हणून मी क्रिकेट पंचाची परीक्षा दिली. त्या वेळी आम्हाला शिकवायला सुप्रसिद्ध कसोटी क्रिकेट पंच अहमद मामसा पंधरा दिवस औरंगाबादेत तळ ठोकून होते. आमच्या आम टीमला रस घेऊन ते शिकवत असत. म्हणून त्यांना मी घरी आमरसाचं जेवण दिलं होतं. बसायला पाट, समोर रांगोळी, उदबत्ती व पानात आमरस-कुरडई असा खास महाराष्ट्रीयन थाट होता. त्यामुळे ते माझ्यावर खूश होते. आम्हा सर्वांना त्यांचं उत्कृष्ट मार्गदर्शन मिळालं. ते नवीन चेंडूवर डाव्या हाताने जलद गोलंदाजी करायचे व उजव्या हाताने जुन्या चेंडूवर फिरकी चेंडू टाकायचे. ते गमतीने सांगत, मैदानावर तुमच्या वागण्यात आत्मविश्वास दिसला पाहिजे. फलंदाज बाद नसेल तर ठामपणे हात वर करायचा म्हणजे नकार द्यायचा. फलंदाज बाद असेल तर फिजिकली हात वर करायचा. पण नुसता वर करणं म्हणजे बाय रनची खूण. म्हणून मूठ बंद करून एक बोट वर करायचं. हे एक बोट म्हणजे करंगळी, मधलं बोट किंवा अंगठा नव्हे! का ते तुम्हाला चांगलंच माहीत आहे! अशा भाषेतल्या त्यांच्या कॉमेंट्समुळे पंचगिरीचं ज्ञान आमच्या डोक्यात जाम पंच झालं.

एखादी परकीय भाषा शिकावी म्हणून विद्यापीठात सायंकाळी रशियन शिकायला जायचो. त्या काळी ही एकच विदेशी भाषा मराठवाडा विद्यापीठात शिकायची सोय होती. रशियन भाषा शिकायला क्लिष्ट आहे. लिहिण्याची लिपी वेगळी तर छापण्याची वेगळीच आहे. बोलताना उच्चार वेगळे असतात व जिभेची चांगलीच कसरत होते. तीन वर्षांचा ॲडव्हान्स डिप्लोमा इन रशियन हा पदवी कोर्स पूर्ण करताना बऱ्याच गमती झाल्या. आम्हाला शिकवायला एक रशियन मॅम होत्या. त्यांचं इंग्रजी बेताचंच होतं. त्यांनी एकाला रशियनमध्ये प्रश्न विचारला, "तुमचं वय काय?"

आमचं रशियन आकड्यांचं ज्ञान यथातथाच होतं. तो म्हणाला, "त्री ल्येत!" मॅम जोरजोरात हसायला लागल्या. त्यांनी दोन्ही हातांनी झेलत बाळाला खेळवण्याचा अभिनय केला व तीन बोटं दाखवली. मग आमच्या डोक्यात प्रकाश पडला. (तो तीन वर्ष म्हणाला होता) आणि खरोखरच आमचं रशियन भाषेचं ज्ञान तीन वर्षांच्या बालकापेक्षाही कमीच होतं.

मॅमनी आम्हाला फळ्याजवळ येऊन इंग्रजी व रशियन लिपीत आमची नावं लिहायला सांगितली. बरोबर नाव लिहिणाऱ्या आम्हा लोकांना मॅमनी त्यांच्याजवळ उभं केलं. आमच्या अण्णा नावाच्या मित्राला काही हे जमलं नाही. त्यानं मोडक्यातोडक्या इंग्रजीत लिहिलं, ANNA. सगळे हसायला लागले कारण रशियनमध्ये अनाचा अर्थ 'ती' असा होतो. मी त्याला सावरून घेण्यासाठी म्हणालो, "अण्णा, रशियन खूप अवघड आहे ना?" त्याला वाटलं मी त्याला हिणवतोय. तो रागानं आमच्याकडे अंगुलीनिर्देश करून म्हणाला, "असेल, असेल!" माझ्या बाजूला उभ्या असलेल्या मॅम संतापल्या. 'You say asel to me...' असं पुटपुटत निघून गेल्या. नंतर आमच्या दुसऱ्या सरांनी सांगितलं, 'रशियनमधे 'अस्येल'चा अर्थ 'गाढव' असा होतो!' मॅमकडे बोट दाखवून 'असेल' म्हटल्याचा हा परिणाम होता.

लेक्चरर म्हणून माझं पहिलंच लेक्चर कंपवातावर (Parkinson's disease) होतं. विद्यार्थ्यांच्या अख्ख्या वर्गासमोर उभं राहण्याचा पहिलाच प्रसंग असल्यानं पाय लटपटत होते. फळ्यावर लिहिताना हाताला कंप सुटला होता. शब्द अडखळत व अस्पष्ट उमटत होते. विद्यार्थ्यांना वाटलं मी कंपवाताचा डेमोच देतोय. मुलं जाम खूश झाली. त्यामुळे माझी चांगला शिक्षक म्हणून ख्याती होऊ लागली.

माझ्या एका सहकाऱ्याच्या वर्गात विद्यार्थी नेहमी गोंधळ करायचे. त्यांचा वर्ग सुरू आहे हे लांबूनच गोंगाटावरून ओळखू यायचं. याच्या अगदी विरुद्ध माझ्या वर्गात एकदम शांतता असायची. याचा आमच्या प्रोफेसरांना फार अभिमान वाटायचा. पण अंदरकी बात अशी होती की अधिकांश विद्यार्थ्यांची ब्रह्मानंदी टाळी लागलेली असायची. अधूनमधून थोडासा घोरण्याचा आवाज यायचा, इतकेच. मीसुद्धा सरांचा

गैरसमज दूर करायचा प्रयत्न केला नाही. पुढे पुढे बरेच अनोळखी चेहरे वर्गात दिसायला लागले. मला वाटलं माझ्या लेक्चरची ख्याती पसरल्यामुळे दुसऱ्या वर्गातली मुलं येत असतील. पण नंतर माझ्या दुश्मनांनी अशी कंडी पिकविली की ते निद्रानाशाचे रोगी होते!

कॉलेजमध्ये दर वर्षी एमबीबीएस, एमडीच्या परीक्षा व्हायच्या. प्रत्येक परीक्षेला सर माझ्या एका मित्रालाच एक्स्पर्ट म्हणून ठेवायचे. त्याला याचा मोठा अभिमान वाटायचा. पण नंतर कुणी तरी त्याचं रहस्य उघड केलं. विद्यार्थ्यांनी उत्तरं विचारल्यास ज्याला ती देता येणार नाहीत अशांचीच सर निवड करतात! ती वस्तुस्थिती असल्याने तो या कुजबुजीकडे दुर्लक्ष करायचा.

स्टाफ रूममध्ये माझा मुराडे नावाचा मित्र नेहमी जोक सांगायचा. म्हणून आम्ही समवयस्क सहकारी त्याला जोकर किंवा जॉकी म्हणायचो. त्याला आम्ही 'रमी व तिर्रट खेळत जा' असा आग्रह करायचो. कारण तोच जोकर असल्यानं तो नेहमीच जिंकेल असं आमचं अनुमान होतं.

माझी बदली अंबेजोगाईच्या वैद्यकीय महाविद्यालयात रिकाम्या असलेल्या जागेवर झाल्याने, मी परेशान होतो. बदली रद्द कशी करावी या विवंचनेत असताना आमच्या मुनीर नावाच्या सेवकाने बातमी आणली, 'सर, आप फिकर मत करो. 'आपकी बदली रोको' ऐसी मांग लेकर स्टुडंट स्ट्राईकपर गये है।' मी खूश झालो. वाटले, केवढे विद्यार्थ्यांचे माझ्यावर प्रेम! पण नंतर कळलं की अंबेजोगाईचे विद्यार्थी माझी बदली रद्द व्हावी म्हणून संपावर गेले होते!

आमचे एक वरिष्ठ सर आजाराबाबत 'बाप दाखव नाहीतर श्राद्ध कर' या मताचे होते. एखादी चाचणी पॉझिटिव्ह आल्याशिवाय ते आजार आहे हे मानतच नसत. आमचा एक गुजराथी नावाचा विद्यार्थी दोन महिन्यांपासून वॉर्डमध्ये होता. ताप, भूक न लागणे, वजन कमी होणे, लीव्हर स्प्लीनवर सूज येणे ही लिम्फोमा नावाच्या कॅन्सरची लक्षणं दिसत होती. त्याच्या नातेवाइकांना कल्पना देऊन मुंबईला टाटाला पाठवायची तयारी झाली होती. बहुतेक सर्व चाचण्या नॉर्मल होत्या. मी सरांना सुचवलं की, सर आपण मलेरियाचा उपचार करून पाहण्यास काय हरकत आहे? तेव्हा मलेरिया हा आजार फारसा प्रचलित नव्हता. शिवाय मलेरियाच्या सर्व तपासण्यांचे निष्कर्ष नकारार्थी असल्याने, सरांनी साफ नकार दिला. सर चार दिवसांच्या सुटीवर गेल्यावर आम्ही केसपेपरवर न लिहिता मलेरियाच्या गोळ्या त्याला चारल्या आणि काय आश्चर्य! सर परत येईपर्यंत तो खडखडीत बरा झाला. त्यावरून मी एक महत्त्वाची गोष्ट शिकलो, 'पुरावा आधारित गोष्टी नेहमी योग्यच असतात असे नाही.'

माझा एक सहकारी नुकताच बदलून आला होता. त्याला दिलेल्या चेंबरमध्ये

कॉल बेलचं बटण दूर पायाशी ठेवलं होतं. नव्या सहकाऱ्याचा उत्कलनांक फारच कमी होता. एकदा महाशयांना चहाची हुक्की आली. पण त्यांचा पाय काही केल्या बटणापर्यंत पोचेना. शेवटी चिडून ते टेबलाखाली घुसले व जोरात बटण दाबून ठेवलं. आमचा कर्मचारी, मुनीर धावत पळत आला. पण त्याला कुणीच दिसलं नाही. नेमका तो परत गेला व महाराज वर आले. मुनीर न दिसल्याने त्यांचा तिळपापड झाला. स्वारी परत टेबलाखाली घुसली व बटण दाबून ठेवल्याने कर्कश आवाज येऊ लागला. आम्ही सगळे धावतच गेलो. या वेळी तोंडाचा पट्टा चालू असल्याने स्वारी टेबलाखाली आहे हे लक्षात आलं.

"मुनीर, तुझे कम सुनाई देता है क्या?"

"सर मैं आकर गया पर मुझे कोई दिखा नही।"

"फिर बेल क्या अपनेआप बजेगी क्या?"

"सर मुझे लगा शॉर्टसर्किट होगा."

आम्हाला हसू आवरेना. इथं वेगळाच शॉर्ट व सर्किटचा मिलाफ होता. तेव्हापासून त्यांच्या घराला आम्ही सर्किट हाउस म्हणायला लागलो.

मी मेडिकल कॉलेजमध्ये असताना विषारी कीटकनाशकं घेऊन बरेच रुग्ण ॲडमिट व्हायचे. लक्षणांवरून कोणती विषबाधा आहे हे खूप वेळा कळायचं नाही. माझ्या डोक्यात एक भन्नाट कल्पना घोळायची. भरपूर ढेकूण असलेल्या गादीवर अशा रुग्णांना झोपवायचं. सकाळी ढेकूण मरून पडलेले दिसले की टिक-ट्वेन्टी पॉयझनिंग समजायचं. (शिवाय ढेकणांनी काही प्रमाणात टिक-ट्वेन्टी शोषल्यामुळे रुग्ण लवकर बरा होईल अशी माझी अटकळ होती. आणि नसेल तर दुसरे दिवशीपासून उपचाराला योग्य दिशा मिळेल.) माझी ही कल्पना मी मित्रांना ऐकवली तेव्हा त्यांचा शेरा, 'सकाळी ढेकूण किंवा पेशंट दोघांपैकी कुणीतरी एक मरून पडलेलं दिसेल.' अर्थात हा प्रयोग करण्याची माझी शेवटपर्यंत हिंमत झाली नाही. मी जरा डरपोक असल्याने दुसऱ्या न्यूटन वा आइनस्टाइनचा जन्मच झाला नाही.

आमचे एक सर इतके कडक होते की सगळे त्यांच्या दराऱ्यामुळे चळचळ कापायचे. ज्या रुग्णांना मूत्रविसर्जनाला त्रास व्हायचा अशांसाठी त्यांचा उपयोग होतो का हे बघण्याची माझी इच्छा अपूर्णच राहिली.

एक शिक्षक टी क्लबमध्ये नेहमी अभिमानाने सांगत असत, 'माझे सगळे पी जी स्टुडंट्स पहिल्या अटेंम्प्टमध्ये पास झाले आहेत.' त्यांच्या या नेहमीच्या तुणतुण्याला कंटाळून त्यांना आम्ही शेवटी एक नियम सांगितला—

The number of attempts taken by a student for passing MD exam are inversely proportional to the number of attempts taken by his p g teacher!

तेव्हा कुठे त्यांचा हा अभिमान पार गळून पडला.

प्राध्यापक असताना मी एमबीबीएसच्या विद्यार्थ्यांना न्युरॉलॉजी शिकवायचो. फायनलच्या विद्यार्थ्यांचा मेडिसीनचा परीक्षक असताना अनेक परीक्षार्थी विद्यार्थ्यांचे नंबर ओळखीने माझ्याकडे यायचे. सुरुवातीला अशा लोकांचा मला राग यायचा. पण नंतर नंतर मी आश्वासक बोलून न चिडता चिठ्ठ्या खिशात ठेवून विसरून जायचो. एका आमदार महाशयांनी माझ्याजवळ एका विद्यार्थ्याला उत्तीर्ण करण्यासाठी शिफारस केली होती. या विद्यार्थ्याला पास करणं म्हणजे भावी काळात पेशंट्सवर अन्याय करणं होतं. मी त्यांना अट घातली 'आपल्या कुटुंबीयांचे उपचार याच्याकडूनच करून घेण्यास आपली तयारी असली तर विचार करता येईल.' त्या साहेबांची सदसद्विवेकबुद्धी शाबूत असल्यानं त्यांनीही विशेष आग्रह धरला नाही. बहुतेक निरोप 'अमुक विद्यार्थ्यास पास करा' असे असायचे. पण एकदा 'अमुक विद्यार्थ्यास फेल करा' असाही निरोप आला होता. साहजिकच तसं न घडल्यामुळे माझ्या दुश्मनांच्या संख्येत एकाची भर पडली. एका माईच्या लालनं माझ्याविरुद्ध विद्यापीठात जातिवाचक तक्रारसुद्धा केली होती. त्यातून काही निष्पन्न झालं नाही, ही गोष्ट वेगळी.

एमडीच्या परीक्षांमध्येही असे प्रसंग तुरळकपणे यायचे. एक विद्यार्थी थिअरी पेपर छान लिहायचा; पण प्रॅक्टिकलला त्याचं अवसान गळायचं व रोगनिदानातील अक्षम्य चुकांमुळे त्याची गच्छंती व्हायची. तो सारखा म्हणायचा माझी थिअरी बघा सर. पण शेवटी रुग्ण तपासल्यावर रोगाचं निदान होऊन बरोबर उपचार होणं जास्त महत्त्वाचं असल्यानं, आमचा नाइलाज व्हायचा. मी त्याला नेहमी म्हणायचो, 'तुला वाटतील तेवढे अवांतर क्लिनिक्स घेतो; पण परीक्षेत मात्र आम्ही मार्क देण्यापेक्षा तुझ्या परीक्षेतील कामगिरीनं तू आमच्याकडून मार्क्स हिसकावून घेतले पाहिजेस.'

माझ्या प्राध्यापकीच्या काळात माझे विद्यार्थी माझ्याकडून किती शिकले हे माहिती नाही; पण मी त्यांच्याकडून बऱ्याच गोष्टी शिकलो. सर्वांत महत्त्वाची गोष्ट म्हणजे जिज्ञासू वृत्ती, जी माझ्या पुढील आयुष्याचा आधार ठरली. माझ्या मार्गदर्शनाखाली पंधराएक जण एमडी झाले असतील. पण मी असं म्हणेन की मीच त्यांच्याकडून जास्त शिकलो. अद्ययावत विषयज्ञान, त्यासाठी मेहनत करण्याची तयारी व व्यवसायातील सचोटी या त्रिसूत्रीमुळे त्यांतले बरेच जण वैद्यकीय क्षेत्रात चमकत आहेत. त्यांनी माझ्यापेक्षा किती तरी पटींनी व्यवसायात जास्त नाव कमावलेलं आहे. यापेक्षा आणखी चांगली गुरुदक्षिणा ती कोणती असणार?

मी प्रांजलपणे कबूल करतो की माझा एक स्वभावदोष आहे. चाकोरीबद्ध आयुष्य असलं की मी अस्वस्थ व्हायचो. काहीतरी नावीन्याच्या वा वेगळ्या उद्योगाच्या शोधात मी असायचो.

१९८५ मध्ये खासगी व्यवसायात औरंगाबादेत मोजून चार फिजिशियन्स होते.

आम्हा वैद्यकीय महाविद्यालयातल्या फिजिशियन्सचा त्यांच्याशी फारसा सुसंवाद नव्हता. तो वाढवणे, गावातल्या इतर डॉक्टरांच्या ज्ञानाचा आम्हाला व पर्यायानं रुग्णांना फायदा करून घेणं, या उद्देशानं मी सर्व फिजिशियन्सना एकत्र आणण्यासाठी प्रयत्न सुरू केले. १९८६ ला 'फिजिशियन्स असोसिएशन ऑफ औरंगाबाद'ची सुरुवात केली. डॉ. आर. बी. भागवत अध्यक्ष व मी चिटणीस अशी प्राथमिक सुरुवात औरंगाबादच्या मेडिसीन विभागातल्या बैठकीनं झाली. १९८७ ला मराठवाड्यातल्या फिजिशियन्सची पहिली परिषद आम्ही हॉटेल अजंठा ॲम्बॅसॅडरमध्ये घेतली. पूर्ण मराठवाड्यातून ७८ जण आले होते. मी तेव्हा प्राध्यापक असल्यानं, मला आमच्या निवासी डॉक्टरांचं मोठं पाठबळ होतं. बॅनर, हॉल डेकोरेशन, निमंत्रणपत्रिका वाटणे, डोनेशन व वर्गणी गोळा करणं, प्रत्येकास देण्यासाठी किट तयार करणं, फॅकल्टीची बडदास्त ठेवणं सगळी कामं आम्ही सर्वांनी मिळून केली. अगदी घरचं कार्य असल्यासारखे सगळे झटत होते. अशीच दुसरी परिषद आम्ही १९८८ ला घेतली. त्यानंतर दर वर्षी एक अशा वेगवेगळ्या जिल्ह्याच्या ठिकाणी २६ वर्षं या परिषदा होत राहिल्या.

मला बरेच लोक विचारायचे 'तुमचं स्पेशलायझेशन काय आहे?' मी जनरल मेडिसीन म्हटल्यावर जनरल कंपार्टमेंटमधल्या प्रवाशाकडे ज्या तुच्छतेनं पाहतात, तसा भाव त्यांच्या चेहऱ्यावर दिसायचा. म्हणून मी आणखी पुढे शिकण्याचं ठरवलं. मी न्युरॉलॉजी निवडलं, त्याचं श्रेय माझी पत्नी सुषमालाच! ती नेहमी म्हणायची 'तुम्हाला नवरालॉजी छान जमते; मग न्युरॉलॉजीसुद्धा चांगली जमेल.' दुसरं कारण म्हणजे माझे सवंगडी. मी मेंदू रिपेअर वर्कशॉप काढलं तर ते त्यांच्याच कामी येईल असं मला वाटलं. यांचे खराब भेजे दुरुस्त करता आले तर बाकीच्यांना सहज बरं करता येईल, असं वाटलं. पण नंतर लक्षात यायला लागलं की त्यासाठी व्हेटरनरीचासुद्धा अभ्यास करावा लागेल,

सुरुवातीला दर दिवाळी व उन्हाळ्याच्या सुट्टीत मुंबईला स्वखर्चाने जाऊन डॉ. वाडिया व डॉ. सिंघल यांच्याबरोबर राहून न्युरॉलॉजी शिकण्याचा प्रयत्न करायचो. पदरमोड करून १९८५ला इंग्लंडला न्यू कॅसल येथे तीन महिने न्युरो ट्रेनिंग करताही जाऊन आलो. यातून न्युरॉलॉजीची आवड वाढत गेली. एक गोष्ट लक्षात आली, ती म्हणजे व्यवसायात मान्यता मिळवण्यासाठी न्युरॉलॉजीची डिग्री असणं अत्यंत आवश्यक आहे. पण डीएम करण्यामध्ये मला दोन गोष्टींचा अडथळा होता. एकतर मी प्राध्यापक म्हणून शासकीय सेवेत असल्यानं, मला पुढील अभ्यासासाठी शासनाची परवानगी मिळत नव्हती. दुसरं म्हणजे तेव्हा मुंबई विद्यापीठाच्याच विद्यार्थ्यांना प्रामुख्यानं डीएम ला प्रवेश मिळत होता. शेवटी १९८८ मध्ये डीएम साठी प्रवेशपरीक्षा सुरू झाल्याने मला डी एम करता आलं. अशा तऱ्हेने १९८२

ते १९८९पर्यंत मी केलेल्या प्रयत्नांना यश आलं. मला अशी संधी प्राप्त होऊ नये असं वाटणारे व तशा दृष्टीनं सक्रिय असलेले बरेच झारीतील शुक्राचार्य या काळात मला भेटले. काही शुक्राचार्य औरंगाबादेत होते तर काही मुंबईत! मी डीएमचं रजिस्ट्रेशन घेऊ नये म्हणून जे.जे.च्या प्राध्यापकांनीही प्रयत्न केले. माझं प्राध्यापक असणं हा माझ्यासाठी आणखी एका कारणासाठी अडथळा ठरत होतं. मी एमबीबीएस साठी परीक्षक म्हणून प्रवरानगरला जायचो. तिथं आमच्या डीएमच्या एका परीक्षकाचा मुलगा परीक्षेला बसला होता. मी त्याला मदत करावी हे त्यांच्याकडून सुचवलं गेलं होतं. पण मी निवासी डॉक्टरांच्या संपामुळे ती परीक्षा घ्यायला जाऊ शकलो नाही. डीएमच्या प्रॅक्टिकलच्या वेळी त्यांनी ही गोष्ट मला बोलून दाखवली. त्यामुळे माझी परीक्षा होण्याआधीच निकाल लागल्यासारखा होता. अशा तऱ्हेने माझं डीएम म्हणजे अनेक अडथळ्यांची एक शर्यतच होती. मी केवळ माझ्या इच्छाशक्तीनं या सर्वांवर मात करू शकलो. झारीतील शुक्राचार्यांचा व मला प्रोत्साहन न देणाऱ्या द्रोणाचार्यांचा पराजय करायचाच, असा पक्का निर्धार मी केला होता! माझी प्राध्यापकी प्रॅक्टिसमध्ये माझ्या पथ्यावर पडली याबद्दल शंका नाही. माझे असंख्य विद्यार्थी मला ओळखत असल्यानं मला प्रसिद्धी मिळवण्यासाठी काहीच प्रयत्न करावे लागले नाहीत.

डीएम झाल्याबरोबर मी सतरा वर्षांच्या वैद्यकीय महाविद्यालयीन नोकरीचा राजीनामा देऊन टाकला. मी ब्रेन हॉस्पिटल सुरू केलं व मराठवाड्यात प्रथमच मेंदूविकारावरच्या उपचारांसाठी वेगळ्या हॉस्पिटलची सोय झाली.

◆

दि यम प्रॅक्टिस

D M Practice

मित्रांनो, पुढील भाग व प्रसंग कपोलकल्पित असून, सर्व ठिकाणी केवळ हास्यनिर्मितीसाठी व मनोरंजनासाठी अतिशयोक्ती केलेली आहे, हे कृपया लक्षात घ्यावे.

माझ्या शाळकरी मित्रांनी -सवंगड्यांनी- माझ्या 'ब्रेन हॉस्पिटल 'चं नाव 'बलवंत मोफत वाचणालय' असं ठेवलं होतं. यामागील कार्यकारणभाव पुढीलप्रमाणे आहे- बलवंत म्हणजे खात्रीचे, मोफत म्हणजे त्यांच्यासाठी विनाशुल्क व वाचणालय म्हणजे जीव वाचण्याची जागा. माझे अनेक सवंगडी वयोमानानुसार गुडघेदुखीसाठी माझ्याकडे येतात. याचं कारण आमची जुनी मैत्री हे असून, त्याचा मी मेंदूविकार तज्ज्ञ असण्याशी काही संबंध नाही. कृपया मित्रांबद्दल गैरसमज नसावा. माझ्या एका हुशार (!) मित्राला पक्षाघात झाला तेव्हा मेंदूविकारामुळे पॅरालिसिस होतो, या समजालाच धक्का बसला. मुख्य म्हणजे स्कॅन कोणत्या भागाचा करायचा यावर एकमत होईना. शेवटी होल बॉडी स्कॅन केला.

माझं ब्रेन हॉस्पिटल आहे त्या भागाचं नाव माझ्या वयपरत्वे बदलत गेलं. मी लहान असताना त्या भागास 'अजबनगर' म्हणायचे. मी मोठा झाल्यावर या भागाला 'खोकडपुरा' म्हणायला लागले. आताशा माझ्या वयावरूनच लोक याला 'पेन्शनपुरा' म्हणताहेत.

या भागात असलेल्या कत्तलखान्यामुळे याला सिल्लेखानासुद्धा म्हणतात. अर्थात हे नाव माझं हॉस्पिटल इथे सुरू होण्यापूर्वीच

पडलं होतं. हा कत्तलखाना भर वस्तीत नको म्हणून बऱ्याच आंदोलनांनंतर तो पडेगावला हलवण्यात आला. त्यानंतरही नागरिकांचं एक शिष्टमंडळ- ज्याचे अध्यक्ष आमच्याच भागातले एक डॉक्टर होते- जिल्हाधिकाऱ्यांना भेटले.

"आम्ही 'कत्तलखाना हटाव' समितीतर्फे आलो आहोत."

"अहो, आम्ही केव्हाच ते काम केलंय." जिल्हाधिकारी

"मान्य आहे साहेब, पण तुम्ही फक्त जनावरांचाच कत्तलखाना हटवलाय!"

डॉक्टरसाहेबांचा रोख माझ्या हॉस्पिटलकडेच होता, हे सांगण्याची अर्थातच गरज नाही.

माझ्या ब्रेन हॉस्पिटलमध्ये साफसफाई दर महिन्याला होते. पेशन्टच्या ब्रेनला लागलेली जाळीजळमटं मी रोज साफ करतो, तर आमचा कर्मचारी वर्ग हॉस्पिटलची जळमटं दर आठवड्यास दूर करत असतो. फरशी धुणे हा कार्यक्रम मासिक असतो. त्याला आम्ही ब्रेनवॉश म्हणतो. त्या वेळी बाहेर वाहून जाणाऱ्या पाण्यास ब्रेन ड्रेन संबोधलं जातं. या ब्रेन ड्रेनमुळे अनेकदा शेजाऱ्यांशी ब्रेन स्टॉर्मिंग सेशन्स होतात.

'घट' बसल्यावर सणासुदीमुळे पेशंटमध्ये 'घट' होते. त्यामुळे 'घट'काभर का होईना विश्रांती मिळते. बऱ्याच वेळा रुग्णाची 'घट'का भरते. अशा 'घट'नानंतरचा नातेवाइकांचा शोक आसमंत दणाणून सोडतो.

सुरुवातीला मी तीन ठिकाणी प्रॅक्टिस करत असे- औरंगाबाद, सिल्लोड व शेवगाव. कांताने- माझ्या बायोमॅट्रिकने (मॅट्रिकची बायो सहकारी)- तिच्या यजमानांशी माझी ओळख करून दिली, "हे या भागातले खूप नावाजलेले डॉक्टर आहेत. खास लोकाग्रहास्तव हे तीन गावांना प्रॅक्टिस करतात." कांताचे मिस्टर माझ्याकडे मोठ्या आदरानं बघू लागले. तेवढ्यात रावदेवनं तुकडा टाकलाच, 'अहो, हे सिल्लोडला जातात ते औरंगाबादेतील लोकांच्या आग्रहामुळे व शेवगावला जातात ते सिल्लोडच्या लोकांच्या आग्रहामुळे."माझा काळवंडलेला चेहरा रंगसाधर्म्यामुळे कुणाच्याच लक्षात आला नाही.

माझ्या हॉस्पिटलमधील पाट्यांनी सुरुवातीलाच मोठा हाहाकार उडवला.

माझं हॉस्पिटल दुसऱ्या मजल्यावर आहे. माझ्या हॉस्पिटलची 'ब्रेन हॉस्पिटल' ही पाटी जिन्याजवळ लावली होती. तिच्या बाजूलाच 'वर जाण्याचा रस्ता,' अशी पाटी लावण्याचा प्रताप आमच्या ब्रेनी व्यवस्थापकाने केला होता. त्यामुळे माझी वेगळीच कीर्ती सर्वत्र पसरू लागली. बरीच मंडळी आपापल्या प्रिय (!) नातेवाइकांना

घेऊन मोठ्या आशेने माझ्याकडे येऊ लागली. लोक माझ्या नावाचा संबंध सुपारीशी लावू लागले. औरंगाबादेतील सुपारी हनुमानासारखा 'सुपारी धन्वंतरी' प्रसिद्ध होऊ लागला.

दुसरी पाटी 'डॉ नंदकुमार उकडगावकर' अशी होती. तिच्या बाजूलाच 'वरचा मजला रिकामा असून, भाड्याने देणे आहे' अशी पाटी लावली गेली. त्यामुळे माझ्या विषयप्रावीण्याबद्दल लोकांच्या मनातील उरलीसुरली आशाही नष्ट झाली. परिणामी रुग्णप्रतीक्षेत माझे बरेच महिने गेले.

तिसरी पाटी होती, 'या ठिकाणी सर्व रोगांचा नायनाट केला जाईल.' माझ्याकडे अचानक गाड्या भरभरून नातेवाईक पेशंट आणू लागले. येताना लोक मोठ्या आशेने यायचे. पण रुग्ण बरा झाल्यावर घरी जाताना त्यांचा चेहरा पडलेला असायचा. शेवटी दोन-तीन जण मला म्हणालेसुद्धा- 'डॉक्टर, तुम्ही चुकीच्या पाट्या लावून लोकांची दिशाभूल करताय बरं!' तेव्हा कुठे माझं या पाटीकडे लक्ष गेलं, त्यावर या ठिकाणी सर्व 'रोगांचा' ऐवजी 'रोग्यांचा' नायनाट करण्यात येईल असं लिहिलेलं होतं.

दवाखान्यातल्या आणखी एका 'पुष्पक ट्रॅव्हल्स' पाटीने खळबळ माजवली होती. या ट्रॅव्हल कंपनीला हॉस्पिटलच्या इमारतीचा एक भाग भाड्याने दिला होता. त्यांची पेपरमध्येही भलीमोठी जाहिरात यायची—

'पुष्पक ट्रॅव्हल्स, ब्रेन हॉस्पिटल येथे अॅडव्हान्स बुकिंग केल्यास सर्वांना तातडीने व हमखास सर्व ठिकाणी पोचवण्याची हमी'

व वर संत तुकारामाचा फोटो लावला होता.

हॉस्पिटलमध्ये समोरच भिंतीवर Facilities available चा बोर्ड होता.

सीटी स्कॅन, सोनोग्राफी, पॅथॉलॉजी इ.

व सर्वांत शेवटी लिहिलं होतं, 'स्वर्गरथ'. मी आमच्या पेंटरला जाब विचारला. त्याने अॅम्बुलन्सचा मराठीत स्वर्गरथ असा अर्थ लावला होता!

माझा मित्र जनावरांचा डॉक्टर असून, महापालिकेत नोकरीला होता. त्याच्याकडे प्राणिसंग्रहालयातल्या जनावरांची देखभाल करण्याचं काम होतं. एक वाघाचा बछडा उंचावरून पडल्यानं त्याच्या मेंदूला इजा झाली होती. मी मित्राला उपचाराची ढोबळ रूपरेषा सांगितली. दुसऱ्या दिवशी पेपरमध्ये उपचार करणाऱ्या मित्राबरोबर माझंही नाव आलं. पुढे काही दिवस माझ्याकडे वेगळेच चतुष्पाद प्राणी रुग्ण म्हणून येण्यास सुरुवात झाली.

एक मठाधिपती महाराज सर्पदंशामुळे माझ्या आयसीयू मध्ये उपचार घेत होते. प्रयत्नांची पराकाष्ठा करून आम्ही त्यांना वाचवलं. एके दिवशी त्यांच्या शिष्यांनी

पेपरमध्ये बातमी दिली, 'सर्पाने अतिदक्षता कक्षात येऊन बाबांची माफी मागितली व महाराज तत्काळ उठून बसले!' बहुतेक 'सर्प' हे शिष्यवृंदाने आम्हाला दिलेलं टोपण नाव असावं!

असाच कोर्टातला एक किस्सा. एक कार ॲक्सिडेंटची केस चालू होती. पेशंटच्या मृत्यूचं प्रमाणपत्र लावायला फिर्यादी विसरला होता. मा. न्यायमूर्तींनी विचारलं, 'कुठं उपचार चालू होते हे तरी सांगा.'

'ब्रेन हॉस्पिटलमध्ये मिलॉर्ड.'

'ओके. मग मृत्यूचं प्रमाणपत्र वेगळं सादर करण्याची गरज नाही.'

यावरून माझ्या हॉस्पिटलच्या खाशा नावलौकिकाची कल्पना यावी.

माझ्या हॉस्पिटलची वेगळी प्रसिद्धी होण्याचं हे आणखी एक कारण!

माझ्या हॉस्पिटलमध्ये दोन प्रतीक्षा कक्ष आहेत, एक माझा व दुसरा पेशंट्सचा. खूप गर्दी असेल तेव्हा बाहेरील कक्षात पेशंट प्रतीक्षा करत असतात. पण बहुतेक वेळी पेशंट नसल्यानं आतल्या कक्षात मी त्यांची प्रतीक्षा करत असतो.

अशीच एकदा पेशंट्सची प्रतीक्षा करत असताना माझा डोळा लागला. मला स्वप्न पडलं, मी फिरत फिरत स्वर्गाच्या प्रवेशद्वारावर गेलो. तिथल्या पहारेकऱ्यांनी मला आत जाण्यास मज्जाव केला. तेवढ्यात रेड्यावर बसलेले यमराज तिथं आले. त्यांनी पहारेकऱ्यांना दटावलं, ''अरे, हे आपले नंबर एकचे सप्लायर आहेत. सोड त्यांना आत.'' यमराजांनी मला स्वर्गातील फेरफटक्यासाठी एक रेडा दिला. त्यांच्यासमवेत जाताना मला 'ब्रेन ॲव्हेन्यू' अशी पाटी दिसली. मी यमराजांना पृच्छा केली, 'महाराज, ही काय भानगड आहे?'

महाराज म्हणाले, ''ब्रेनच्या आजारामुळे आमच्याकडे आलेल्या लोकांचे या रस्त्यावर महाल आहेत.''

तिथून पुढे गेल्यावर 'उकडगावकरनगर' अशी मैलोगणती पसरलेली वसाहत लागली. महाराज म्हणाले, ''डॉक्टर, तुमच्यातर्फे बुकिंग झालेल्यांची ही वसाहत आहे.'' मी आणखी पुढे जाऊन पाहिलं. पुढे पानसेनगर, कांजाळकरनगर, माजिदनगर अशा प्रत्येकी फक्त दोन-चार महाल असलेल्या अगदी छोट्या वसाहती होत्या. महाराज म्हणाले, 'ही डॉक्टरमंडळी फारच चेंगट आहेत. आमच्याकडे येण्यासाठी कुणाला व्हिसाच देत नाहीत. पण तुमच्या या बाबतीतल्या कौशल्याला अख्ख्या पृथ्वीवर तोड नाही. आम्ही तुमच्या नावाची स्वर्गातील नोबेल पारितोषकासाठी ब्रह्मदेवाकडे खास शिफारस केली आहे.'' त्यांच्या रेड्याने याच्या पुष्ट्यर्थ जोरजोरात मान हलवली. त्यामुळे वाजलेल्या गळ्यातल्या घंटीच्या आवाजाने मला जाग आली.

माझा एक सवंगडी गरीब होता. त्याला मी हॉस्पिटलच्या बाजूला 'स्वर्गरथा'च्या

व्यवसायासाठी जागा मिळवून दिली. बँक सुरुवातीला त्याला कर्ज देण्यास राजी नव्हती. पण मी गॅरंटर आहे असं समजल्यानं त्यांनी तत्काळ होकार दिला. थोड्याच अवधीत त्याचा धंदा एवढा वाढला की त्याची औरंगाबादेतील प्रथितयश उद्योजकांत गणना होऊ लागली. माझ्या हॉस्पिटलचा हातगुण, दुसरं काय!

आमच्या रिसेप्शन काउंटरवर रिसेप्शनिस्ट व पेशंटमध्ये झालेलं एक मजेदार संभाषण—

"मॅम, आमचा नंबर जरा वर लावा ना!"

"अहो वर नंबर लागू नये (देवाकडे) म्हणूनच तुम्ही डॉक्टरांकडे आलाय ना!"

"मॅम, किती उशीर!"

"तुमचा नंबर आला की सर बोलावतील."

"त्या आधी देवानं बोलावू नये म्हणजे झालं!"

"काळजी करू नका, आज तुम्हाला देव नक्की बोलवेल!"

"काय म्हणताय काय!"

"तुम्ही डॉक्टरला देव मानता ना म्हणून म्हटलं. पण तुम्हाला तुमची पाळी येईपर्यंत थांबावं लागेल."

"अहो मी पुरुषमाणूस आहे, माझी पाळी कशी येईल?"

"माझ्याभोवती घोळका करू नका. तुम्ही जरा दूर बसा बरं."

"अहो आजकाल बायकाही दूर बसत नाहीत, मग आम्ही का बसावं? आजकाल देवाची भेट व डॉक्टरांचं दर्शन सारखंच अवघड झालंय."

"तसं काही नाही. आज आपली डॉक्टरांशी भेट होईलच. तुम्हाला देवाची भेट घ्यायची असेल तर तशी स्पेशल रिक्वेस्ट टाकावी लागेल."

"नाही हो. तसं नाही. पण हे मात्र खरं की स्वर्गाचा मार्ग दवाखान्यातूनच जातो व मुक्कामावर पोचण्याआधी या स्वर्गमार्गावरचा जबरदस्त टोलही द्यावा लागतो."

"मग देवाला प्रसन्न करण्यासाठीसुद्धा नैवेद्य दाखवावा लागतो, असं समजा की!"

मी सुरुवातीला प्रॅक्टिस वाढावी म्हणून एक युक्ती केली होती.

पहिल्या दिवसापासून पंधराव्या दिवसानंतरच्या अपॉइंटमेंट दिल्या व पंधरा दिवस आराम केला. पण ख्याती अशी पसरली की पंधरा-पंधरा दिवस अपॉइंटमेंट पहिले दिवसापासून फुल्ल असतात.

दुसरी युक्ती म्हणजे मी वेटिंग रूममध्ये रुग्ण बसलेले असताना न आलेल्या मोबाइल कॉलवर फोन कानाला लावून सर्वांना ऐकू जाईल असे संभाषण करण्याची

बतावणी करायचो—

'कोण चिन्नास्वामी बोलताय का? कुठून बंगळुरुहून? हं काय म्हणताय, अपॉइंटमेंट हवी. छे हो, पुढील महिन्यापर्यंत शक्य नाही.'

'काय? मुंबई, दिल्लीच्या डॉक्टरांनाही दाखवलं, काही फरक पडला नाही म्हणताय बरं बरं मी कसं तरी तुम्हाला पुढील शनिवारी एक वाजता अॅडजस्ट करतो. मात्र वेळेवर या हं कारण माझी ३.२०ची मुंबई फ्लाइट आहे.'

'हॅलो, कोण हायकोर्ट जज देशपांडे का, बोला साहेब. हं हं आलं लक्षात. तुम्ही सहा महिने मुंबईला व्यर्थ उपचार केले होते? काय म्हणताय, माझ्या इलाजाने १५ दिवसांत बरं वाटलं! ठीक आहे.'

अशी नाना संभाषणं प्रतीक्षा कक्षातल्या रुग्ण व नातेवाइकांसमोर करायचो. त्या वेळी माझा एक डोळा त्यांच्या चेहऱ्यावरील प्रतिक्रियांवर असायचा. एकदा असंच संभाषण करत असताना खरोखरच बाहेरून फोन आल्यानं रिंग वाजली व माझं बिंग फुटलं.

माझा एक सवंगडी आयुर्वेदिक प्रॅक्टिस करतो. त्याचाही पंचक्रोशीत चांगलाच लौकिक आहे. त्याच्या घरवजा दवाखान्यापुढे पुरुष, स्त्रिया, नवे रुग्ण, जुने रुग्ण अशा बऱ्याच रांगा लागलेल्या असतात. घरातल्या माणसांनाही आत शिरणं दुरापास्त असतं. एकदा डॉक्टरीणबाई बाहेरून आल्या तर त्यांना कुणी आतच जाऊ देईना. तेव्हाचं संभाषण—

''नंबरने यायला पाहिजे, त्यामुळे लाइनमधे उभ्या राहा मावशी.''

''अहो मी बायको आहे त्यांची.''

''असं सांगणाऱ्यांची ती तिकडं मोठ्ठी लाइन आहे बघा, तिथे उभं राहा.''

स्टेशनवर उतरल्यावर त्याच्या दवाखान्याचा पत्ता विचारला असता मिळालेलं उत्तर मोठं मासलेवाईक होतं, 'ती समोर लाइन दिसते ना, तिथे उभे राहा. ती लाइन जिथं संपेल तोच डॉक्टरसाहेबांचा दवाखाना आहे असं समजा!'

या मित्राची उत्तम नाडीपरीक्षक म्हणून ख्याती होती. नाडीला हात लावून तो रुग्णाच्या इतिहासासकट बऱ्याच गोष्टी सांगायचा. अशात त्याची नाडीपरीक्षा व प्रॅक्टिस कमी होण्याचं कारण म्हणजे सगळे जण - विशेषतः स्त्रीवर्ग- बिन नाडीची वस्त्रे वापरतात हे आहे!

माझी पण प्रॅक्टिस बऱ्यापैकी आहे. त्याचं मुख्य श्रेय माझ्या हस्ताक्षरास जातं. दिव्य अक्षरामुळे मी लिहिलेली औषधं व आमच्या विक्रेत्यानं दिलेली औषधं वेगवेगळी असतात. पण रुग्ण मात्र बरे होतात. मध्यंतरी काही दिवस माझ्या

हॉस्पिटलमधे रुग्ण दगावण्याचं प्रमाण वाढलं होतं. सविस्तर चौकशी केली असता आमचा फार्मसिस्ट सुट्टीवर आहे असं आढळून आलं! माझ्या प्रॅक्टिसचं दुसरं रहस्य म्हणजे माझे कान. माझे रिसिव्हर खराब असल्यानं मला पेशंट एक लक्षण सांगायचा. मी अंदाजानं लक्षणं ऐकून औषधं लिहून द्यायचो. माझ्या हस्ताक्षरावरून फार्मासिस्ट अंदाजे औषधं द्यायचा व पेशंटला बरं वाटायचं. मात्र याचं श्रेय मी, माझे कान, माझं हस्ताक्षर व फार्मासिस्ट यांपैकी कुणाला द्यायचं, हा मोठा संशोधनाचा विषय आहे. कधीकाळी मी पहिला आलो होतो अशा वर्तमानपत्रातल्या बातमीलाही माझ्या प्रॅक्टिसचं श्रेय जातं. हा मुद्राराक्षसाचा विनोद होता हे रहस्य फार थोड्या लोकांना माहिती आहे.

मात्र एकदा आलेला रोगी परत माझ्याकडे फिरकायचा नाही. बहुतेक त्याचा मेंदू ठीक झाल्यावर माझी खरी हुशारी त्याला कळत असावी. सध्या दोन विषयांवरच्या संशोधनाचं पेटंट माझ्याकडे आहे. एक म्हणजे पेशंटला 'बिल चुकतं करायचं राहिलं आहे' असं वाटत राहणं व दुसरं म्हणजे रुग्णांच्या नातेवाइकांना बिल कमी झालंय असं वाटणं! या दोन संशोधनांमुळे माझ्याकडे रुग्णसंख्या कमी असूनही माझी आमदनी बऱ्यापैकी आहे.

माझ्या सवंगड्यांनी आणखी एक अफवा पसरवली आहे. अलिबाबाच्या गुहेचं दार उघडण्यासाठी 'खुल जा सिमसिम' हा सांकेतिक शब्द होता. तसाच यमाच्या गुहेतील प्रवेशासाठी 'खुल जा बिनबिन' (BIN— ब्रेन इन्स्टिटट्यूट ऑफ न्युरोलॉजी) हा कोडवर्ड ठेवला आहे!

माझ्या एका मित्रानं (अर्थातच सवंगडी) माझ्या प्रॅक्टिसचं मोठं मार्मिक वर्णन केलं आहे, 'बेट्या, तुझ्या डिग्रीतच यम आहे (DM) तू अत्यवस्थ रुग्णांना आयसीयूमध्ये प्रवेश देतानाच धमकी देतोस - आय सी यू! म्हणजे मी तुला बघून घेईन. मृत्यूनंतर नरकयातना सहन करण्याचे लगेच ट्रेनिंग देतोस. त्या ट्रेनिंगकरता जीझिया करासारखा भरमसाट 'जी लिया' कर आकारतोस. (हॉस्पिटल बिल) थोडक्यात म्हणजे रुग्णाला यमाच्या रेड्यावर बसायला रेडी करतोस!'

सध्याच्या काळात हॉस्पिटल सुरू करण्याआधी रुग्णांच्या नातेवाइकांपासून वाचण्यासाठी 'कवचकुंडलं' हा एक वर्षाचा कोर्स सर्व डॉक्टरांनी करावा, अशी माझी शिफारस आहे. आपल्या आरोग्य विद्यापीठाने यासाठी पुढाकार घेतल्यास हे अशक्य नाही. त्यात नातेवाइकांची सायकॉलॉजी, हॉस्पिटलमधील माहिती जपून ठेवणे, पोलिसांशी कशी मैत्री ठेवावी, अनवस्था प्रसंगास कसं तोंड द्यावं, असा अभ्यासक्रम असावा.

डॉक्टरांनी रुग्णाच्या प्राणांच्या काळजीसोबत स्वतःच्याही प्राणांची काळजी

कशी घ्यावी, हे शिकावं. मला वाटतं सद्य परिस्थितीत डॉक्टरांना हॉस्पिटलमध्ये हेल्मेट वापरणं सक्तीचं केलं पाहिजे. स्वसंरक्षणार्थ वैद्यकीय अभ्यासक्रमात ज्युडो-कराटे व लाठी शिक्षण यांचाही अंतर्भाव करायला हवा! तसंच कायद्याचं जुजबी ज्ञान डॉक्टरांना असावं, याची वैद्यकीय अभ्यासक्रमात तरतूद झाल्यास असे प्रकार क्वचितच घडतील.

◆

माझं 'कृष्णा'यण

मी नंदकुमार नावाने कृष्णाच्या जातकुळीतला. रंगाने कृष्णापेक्षा जास्तच कृष्ण असलेला, पण अंगयष्टीने अजिबातच कृश नसलेला. मी हृतिकच्या क्रिश-१ व क्रिश-२ सारखा क्रिश-० असणारा; पण एकही जनहिताचं काम न करणारा, हृतिक सिंगापूरच्या जनतेचा तारणहार व नायक, तर मी जनमानसात भय असलेल्या शिंगणापूरच्या शनीचा अवतार व खलनायक! कृत्यानं कृष्ण असलेला व पौर्णिमेचा जन्म असून अमावस्येशी सूत असणारा. कृष्णासारखी मोरपिसं नसणारा; पण मोअर पिसं लागलेला! (जास्त वेडा) अर्जुनाऐवजी सुषमाचं सारथ्य करणारा, संहारासाठी सुदर्शनाऐवजी इंजेक्शनच्या सुईचा वापर करणारा, गीतेचा जनक असण्याऐवजी श्वशूर असणारा, सोळा सहस्र भार्यांना लाजवणारी एकच भार्या असणारा. या 'कृष्णा'यनासारखं माझं आयुष्य 'रामा'यण पण आहे. म्हणजे त्यातला मी रामा आहे. मला बघताच माझे बालमित्र कपाळावर हात मारून 'रामा रामा' म्हणतात, दहा पावलं मागं जातात. रामासारखे माझ्याकडे रामबाण आहेत; पण शत्रूऐवजी रुग्णच त्याचे बळी ठरतात. मी रामाचं नाव कधी घेत नाही; पण डॉक्टर असल्यानं लोकांना मात्र राम म्हणायला लावतो. माझ्याजवळ धनुष्य नाही; पण आमच्या शहरात धनुष्याचं राज्य आहे. आमच्या गावात खूप परीट आहेत; पण ते सीतेऐवजी माझीच निंदा करत असतात. तरीही चांगल्या परिटाचा शोध मी सोडला नाही. रावणाची कृपाही अजून माझ्यावर झाली नाही. माझी मित्रकंपनी मात्र वाली-सुग्रीव पंथीय आहे. समुद्रावर

पाषाणसेतू बांधण्यास यांपैकी काहींचा उपयोग होऊ शकतो. माझी सीता नेहमी 'तुमच्यामुळं मी लंकेची पार्वती झाले आहे' असं म्हणत असते. त्या अर्थानं मी लंकाधिपती आहे. माझ्या वनवासाला मी गृहस्थाश्रम असं नाव दिलं आहे. तसं 'तुमच्याजवळ लव्हाचा (love) लवलेश नाही व तुमच्याजवळ लव आहे ती फक्त अंगावरची' असं माझी सीता म्हणते. या रामायणात माझ्या काळवंडलेल्या वर्णामुळे मीच अग्निपरीक्षा देऊन आल्यासारखा वाटतो. मी रामासारखाच एकवचनी, एक बाणी व एक पत्नी आहे. लोक माझा उल्लेख करताना नेहमी एकवचन वापरतात. रोगाचा नायनाट करणं, हा माझा एकमेव बाणा आहे. (माझे हितशत्रू 'रोगाचा' ऐवजी कुत्सितपणे 'रोग्याचा' असा शब्दप्रयोग करतात). मी एकपत्नी असण्याचं कारण, परत ही चूक दुसरी कोणतीही पत्नी करणार नाही, हे आहे. अशा रामाला वरण्यास सीतेचा कलर ब्लाइंडनेस कारणीभूत ठरला आहे. तिची दृष्टी खराब आहे, हे सांगायला नेत्रतज्ज्ञाची गरज नाही. माझी निवड केल्याने तिचा चॉइस खराब आहे, हे सर्वश्रुत झालंय.

आईच्या सांगण्याप्रमाणे माझी जन्मवेळ रात्री बाराची. माझ्या जन्मानंतर घड्याळात जसे बारा वाजले, तसेच मी पुढे डॉक्टर होऊनही लोकांचे बारा वाजवले, असे माझे हितशत्रू म्हणतात. म्हणूनच अंधार व आभाळातले काळेकुट्ट ढग यांची सावली माझ्यावर पडली असावी. तेव्हा पाऊसही पडत होता. बहुधा इंद्राच्या सहस्त्रचक्षूंतले मला निरोप देताना आलेले आनंदाश्रू असावेत. तेलंगणातल्या वरंगलला हे अघटित घडलं. नंतर वडिलांच्या बदलीमुळे हे पृथ्वीतलावरचं अरिष्ट हैद्राबादला शिफ्ट झालं. हैद्राबादसारखेच आमच्या घरात चार मिनार होते, दोघं भाऊ व दोन बहिणी. त्यांतल्या एका मिनाराचं नावसुद्धा मीना आहे. बाकीच्या तीनपैकी एक मिनार ढासळला आहे व दोन मोडकळीस आले आहेत.

मी दुसरीपर्यंतचा वेळ हैद्राबादेतील डावरे स्कूलमध्ये घालवून पुढील उच्च शिक्षणासाठी औरंगाबादेतल्या 'स.भु.' शाळेत आलो. पहिलीत पहिला, दुसरीत दुसरा, तिसरीत तिसरा क्रमांक अशी गाडी घसरणीला लागली होती. पण ही घसरण चौथीत अहमदनगरच्या दादा चौधरी शाळेनं थांबविली. तिथे शाळेतल्या पहिल्या क्रमांकाबरोबरच स्कॉलरशिपच्या परीक्षेत जिल्ह्यांतल्या पहिल्या क्रमांकावर माझं प्रमोशन झालं. चौथीतल्या मुंजीत झालेल्या चप्पीनं क्रांती केली व माझी परीक्षेतली चप्पी बंद झाली. केसांचा अडथळा दूर झाल्यानं बहुतेक टाळक्यात अभ्यास चटकन घुसू लागला. त्यामुळे पुढे औरंगाबादेतील 'स.भु.' नं इयत्ता पाचवी ते नववीपर्यंत मला पहिल्या क्रमांकाचं अढळस्थान बहाल केलं. शाळेनं एसएससीमध्ये मला पूर्ण बोर्डात पहिल्या क्रमांकावर ढकलून कधी न फिटणाऱ्या ऋणात बांधून टाकलं. पुढे मी 'यम' बी बी एस व 'यम' डी औरंगाबादेत करून 'यम' परवाना प्राप्त केला व

इथे घाटीवरच देशसेवेला लागलो. किंबहुना 'घाटी' हे नाव पडण्यासाठी माझी बऱ्याच रुग्णांना घाटावर पाठवण्याची कामगिरीच जबाबदार आहे, असं म्हणायला हरकत नाही. देशातील लोकसंख्येस आळा घालण्याचा वसा मी घेतलेला आहे व आजतागायत उतलो नाही, मातलो नाही व घेतला वसा टाकला नाही. माझ्या या कामगिरीतलं कौशल्य वाढवण्यासाठी व विशेष प्रावीण्य मिळविण्यासाठी मी मुंबईला जाऊन डी 'यम' सुद्धा केलं व परत औरंगाबादेत येऊन माझ्या देशकार्यात रुजू झालो.

वैद्यकीय महाविद्यालयात प्राध्यापक म्हणून काम करताना विद्यार्थ्यांना शिकवणं हे माझं अत्यंत आवडीचं काम. तिथं सुषमास शिकवता शिकवता मी तिचा शिष्य केव्हा झालो, हे कळलंच नाही. संसाराच्या उद्यानात अमेय व अजेय ही दोन रोपटी उगवली. सुषमा स्वतःच बालरोगतज्ज्ञ असल्यानं तिनं या रोपट्यांची व्यवस्थित जोपासना करून आम्हाला सावली देणारे दोन वृक्ष तयार केले. अमेयच्या सॉफ्टवेअरमध्ये सोनियाचं अपडेट इन्स्टॉल झालं. अजेयला गीतामुळे हार्ट अटॅक आला म्हणून तो हृदयविकारतज्ज्ञ बनू पाहतोय.

काहीतरी वेगळं करण्याची खुमखुमी मला स्वस्थ बसू देत नव्हती. सुषमा म्हणाली, "अहो, तुम्हाला आतापर्यंतपेक्षा काही वेगळं करायचं आहे ना, मग एखाद्या रुग्णाला बरं करा, एखाद्याचा जीव वाचवून दाखवा!"

ते फार अवघड वाटलं म्हणून मी त्याहून सोपा असा लेखनाचा मार्ग निवडला.

पुढे माझ्या लेखनामुळे वाचक बंधूंनी मला बरीच 'नावं ठेवली' त्याबद्दल माझ्या काही प्रतिक्रिया, अर्थात मनातल्याच!

वाचक : तुम्ही 'कोट्या'धीश आहात. खूप कोट्या करता!

मी : माझे सवंगडी म्हणतात की मी 'खोट्या'धीश आहे. सुषमा म्हणते की, माझा कोट्यांचा कोटा फारच अल्प आहे व हा कोटा (कोठा नाही) खराबही आहे. तिचं म्हणणं आहे की माझ्या कोट्या अगदीच कोत्या आहेत.

वाचक : डॉक्टर, तुमचं हे अंग आम्हाला माहीत नव्हतं.

मी : हे माझं गुप्त अंग आहे.

वाचक : तुमच्यात दडलेला लेखक बाहेर आलाय.

मी : मला वाटलं पुढे लिहितील, आता तुमच्यात दडलेला डॉक्टर बाहेर येऊ द्या.

वाचक : डॉक्टर असून छान लिहिता.

मी : जसं काही डॉक्टरांकडून चांगल्या लिखाणाची अपेक्षा नसते. हां, चांगल्या अक्षराबद्दल अशी अपेक्षा न ठेवणं मी समजू शकतो.

वाचक : तुम्ही डॉक्टर होण्याऐवजी लेखक व्हायला हवं होतं.

मी : म्हणजे आतापर्यंत रुग्णाचं झालेलं नुकसान टळलं असतं.

वाचक : तुमची प्रतिभा खूप चांगली आहे.

मी : यांना माझ्या 'प्रतिभे 'बद्दलचं गुपित कसं कळलं?

वाचक : तुम्हाला 'पुल' म्हटलं पाहिजे.

मी : जरूर म्हणा; पण माझ्या नावाच्या आद्याक्षराने (नंदकुमार गोविंदराव) कृपया संबोधू नका.

वाचक : तुमच्या लहानपणीच्या पाषाण उनाडगावकरचा मेंदूविकारतज्ज्ञ कसा झाला?

मी : त्यांना वाल्याचा वाल्मीकी कसा झाला हे विचारायचं असावं. यालाच यु-टर्न (उकडगावकर टर्न) म्हणतात.

वाचक : डॉ. तुमच्या लिखाणासारखं अक्षरसुद्धा वळणदार आहे का?

मी : मोठा अवघड प्रश्न विचारलात! अक्षर वळणदार आहे म्हटल्यावर लिहिण्यास भरपूर वेळ मिळत असणार हा निष्कर्ष आलाच, म्हणजे माझी प्रॅक्टिस किती आह, हे पण उघड होणार. बरं अक्षर खराब आहे म्हणावं तर माझ्या प्रॅक्टिसचं श्रेय माझ्या फार्मासिस्टला जाणार! दोन्हीकडून माझी गोचीच! वळणदार अक्षराची चौकशी करून आडवळणाने अंदाज बांधू पाहण्याच्या आपल्या कसबाला सलाम!

माझं पुस्तक प्रकाशित झाल्यानंतरची गोष्ट. तीन-चार महिने झाले होते. शाळेचा माजी विद्यार्थी मेळावा आयोजित केला होता. हॉलबाहेर माझ्या पुस्तकाच्या शंभर प्रतींचा स्टॉल ठेवला होता व एक कर्मचारी देखरेख करण्यासाठी नेमलेला होता. माझ्या सवंगड्यांची कमेंट, 'अरे, या माणसाची इथं गरजच काय? ही पुस्तकं चुकूनही कुणी नेणार नाही,' आणि खरंच मेळावा संपल्यावर मी बाहेर येऊन पाहतो तो प्रतींची संख्या ११८ झाली होती! या घटनेनंतर माझ्या पुढील पुस्तकाला प्रकाशक मिळणार नाही याबद्दल शंका उरली नाही.

माझ्या पुस्तकाबद्दलचा आणखी एक इंग्रजीतला किस्सा. माझे एक इंग्रजीचे सर होते. मॅमसुद्धा इंग्रजीच शिकवायच्या. सर माझं पुस्तक मोठ्या कौतुकाने घरी घेऊन गेले व मॅमना वाचायला दिलं. मॅमची प्रतिक्रिया मोठी संस्मरणीय होती,

'Honey, thanks, you have brought me this book. Having gone through it, I felt that you have brought me to book!'

माझ्या कृष्णवर्णाबद्दल माझ्या मित्रमंडळींनी बऱ्याच आख्यायिका पसरवल्या आहेत. याला मी 'कृष्णा'यन असं नाव दिलं आहे.

माझं लग्न ठरलं तेव्हा आम्ही सायंकाळी फिरायला गेलो होतो. गप्पा मारत

एका पुलावर बसलो होतो. काळोख पडला होता. तेवढ्यात एक सायकलवर जाणारा पोलिस आमच्याजवळ थांबला व सुषमाला रागवायला लागला, 'बाई, असं एकटं दुकटं अंधारात बसणं योग्य नाही. केव्हा काय प्रसंग ओढवेल हे आजकाल सांगता येत नाही!' हल्ली माझ्या केसांचा रंग चेहऱ्यात उतरल्यामुळे असे प्रसंग दुर्मिळ झाले आहेत.

एकदा सुषमानं पत्रात मला उद्देशून 'प्रियतम' असं लिहिलं होतं. मी तेव्हा फार खूश झालो होतो. आता कालांतरानं या 'तम'चा अर्थ लक्षात येतोय!

बाबूराव अर्नाळकरांना 'काळा पहाड' या पात्राची संकल्पना माझ्यावरूनच सुचली असावी. फरक एवढाच की या काळा पहाडचा चंद्रवदन कधीच होऊ शकला नाही.

माझ्या हॉस्पिटलच्या दर्शनी भागात दृष्ट लागू नये म्हणून काळ्या बाहुलीऐवजी माझंच छायाचित्र लावलं आहे. माझ्या प्रतीक्षा कक्षात लहान मुलं रडू लागली की त्यांना दहशत बसवण्यासाठी या छायाचित्राचा उपयोग होतो, असं कर्मचारी आपसात बोलताना मी ऐकलं आहे.

मी महापालिकेत करभरणा करायला गेलो होतो. तिथले साहेब सांगत होते, अहो हा कारकून इतका वेंधळा आहे की पावती देताना नक्कल प्रतीसाठी कार्बन ठेवायलाच विसरतो. आज मात्र पहिल्यांदाच तुम्हाला पावती देताना त्याने ती चूक केली नाही. माझ्या कार्बन चेहऱ्यामुळे मला आलेला राग त्याला दिसला नाही.

माझी पुतणे कंपनी मला या काकवरूनच (काक = कावळा) काका म्हणून संबोधू लागली असं दिसतंय. या काकपक्ष्यामुळे बऱ्याच गमती झाल्या.

एकदा आम्ही dumb shall act खेळत होतो. मूक अभिनयावरून चित्रपटाचं नाव ओळखायचं होतं. अजेयने बऱ्याच खाणाखुणा करूनही सुषमाला चित्रपटाचं नाव ओळखता आलं नाही. शेवटी अजेयने मला गालबोट लावलं- माझ्या गालाला स्पर्श करून दाखवला. सुषमाच्या डोक्यात लख्ख प्रकाश पडला व ती ओरडली 'काकस्पर्श.' या काकस्पर्शावरून आठवलं. लोकलने प्रवास करताना होणारा 'काखस्पर्श' ही थिम घेऊन एखादा छानसा चित्रपट निघाला पाहिजे.

मला सगळे सुषमाची सावली म्हणतात. त्याचं कारण मी तिच्याबरोबर नेहमी असतो हे नसून, माझा रंग तिच्या सावलीशी मिळताजुळता आहे, हे आहे.

आजकाल कावळे दुर्मिळ झाल्याने घाटावरून श्राद्धाच्या वेळी एकदा मला बोलावणंही आलं होतं, अशी अफवा माझ्या सवंगड्यांनी पसरवली आहे. हिवाळ्यात पेशंट कमी असल्यानं सायंकाळी मी लवकर घरी यायचो. तेव्हा सुषमा म्हणायची आजकाल लवकर अंधार पडायला लागलाय. त्याच्या अर्थाचा ट्यूबलाइट आता कुठं माझ्या डोक्यात पेटलाय!

यंदा गणपती खरेदीला गेलो होतो. वेगवेगळ्या तऱ्हेच्या व आकाराच्या गणेशमूर्ती होत्या. भल्या मोठ्या मूर्तीचं मूषकवाहनही मोठंच असायचं. तेवढ्यात एक छोटा मुलगा मोठ्याने ओरडला, 'आई, बघ केवढा मोठा उंदीर!' हिनं दचकून माझ्याकडे पाहिलं व तिच्या छद्मी हास्यामुळे माझा पारा वर जाऊ लागला. गणपती घेऊन आम्ही परत निघालो असता वाटेत भवरीलाल भेटला. तो म्हणाला, 'अरे, एवढा मोठा गणपती मग वाजंत्री नको का?'

मी म्हटलं, 'ही बरोबर असल्यावर वाजंत्री ऐकू कशी येईल?' आता छद्मी हास्याची माझी पाळी होती!

एकदा मी मित्रांबरोबर घरी गप्पा मारत बसलो होतो. सुषमा ओरडली, ''अमेय, तो बघ सोफ्यावर मुंगळा; मार त्याला लवकर.' अमेय मोठा बनेल. त्यानं विचारलं, ''कोणत्या मुंगळ्याला मारू?'' त्या वेळी मीसुद्धा सोफ्यावरच बसलो होतो!

थोडंसं पाणी साचलेला घरच्या बागेतला हौद मी बुजवत होतो. आजूबाजूचे दगडगोटे खडे उचलून त्यात टाकत होतो. थोडा थकल्यानं थांबलो. सुषमा छोट्या अजेयबरोबर जवळच पायरीवर बसली होती. अजेय पायरी (आंबा) खात होता. तिचं लक्ष गेलं व तिनं विचारलं, ''का हो, थकलात का? तहान लागली का?''

मी म्हटलं, ''हो.'' लगेच तिने अजेयला तहानलेल्या कावळ्याची गोष्ट सांगायला सुरुवात केली!

माझ्या राहत्या घराच्या जागी पूर्वी शेत असल्यानं भरपूर साप निघायचे. मी तिथं राहायला गेल्यावर आणखी एकाची भर पडली, असं घरी आलेल्या टिबडीवालाचं मत पडलं. त्याला चहा, कॉफी चालत नाही म्हणून दूध दिलं व आग्रह केला, ''अरे, आज तरी दूध घे रे, आज तुला दूध नक्की चालेल.'' त्या दिवशी नागपंचमी होती!

नंतर बऱ्याच दिवसांनी अंगणातल्या हौदात साप निघाला होता. तो मी काठीनं ठेचला. ती घटना आमच्या कुटुंबात 'कालिया मर्दन' या नावानं प्रसिद्ध आहे. पुराणातल्या कालिया मर्दनहून फरक एवढाच की त्यात कालिया हे नाव सर्पाचं होतं.

घरासमोरील बागेतल्या ब्रह्मकमळाला फुलं आली होती. मी मोठ्या हौसेनं त्या फुलांबरोबर माझा व मागे उभ्या असलेल्या सुषमाचा फोटो काढून आमच्या वॉट्स ॲप गटावर टाकला. लगेच कॉमेंट आली, 'ब्रह्मकमळाबरोबर ब्रह्मराक्षस छान शोभतोय व मागे ब्रह्मराक्षसावरचा उताराही दिसतोय.' मी त्यात एक ओळ वाढवली, 'कमळाबरोबरचा भुंगा तुम्हाला दिसला नाही वाटतं!'

परवा एका कॉन्फरन्समध्ये माझा तीन वर्षांपूर्वीचा विद्यार्थी भेटला होता. 'सर, तुमच्यात काहीच बदल झाला नाही. तुम्ही अगदी असेच तीस वर्षांपूर्वी दिसत होता.' मी जाम खूश झालो. पण नंतर सुषमानं विचारलं, ''अहो, आता तुम्ही ६८ वर्षांचे

आहात ना?''

म्हटलं, ''हो.''

''तीस वर्षांपूर्वी तुम्ही ३८ वर्षांचे होता.''

''हो!''

''म्हणजे तुम्ही अडतिसाव्या वर्षीच अडुसष्ठ वर्षांचे दिसत होता, असं त्याला म्हणायचंय!'' माझा चेहरा एकदम शंभरीत गेला.

या कृष्णवर्णाचे काही फायदेसुद्धा आहेत.

१. चेहरा काळाठिक्कर पडलेला समजत नाही.

२. सनस्क्रीन क्रीम लावावं लागत नाही.

३. तोंडाला डांबर फासण्याच्या भानगडीत कोणी पडत नाही.

४. मित्रमंडळी आवर्जून आपल्याबरोबर फोटो काढून घेतात (चांगलं बॅकग्राऊंड मिळाल्यामुळे)!

५. कुणाची दृष्ट लागत नाही.

६. काजळ, तीट, सुरमा इत्यादींचा खर्च वाचतो.

७. काळोखात मिस्टर एक्स होऊन वावरता येतं.

माझ्या डायबेटिसबद्दल थोडेसे. मी साखरसम्राट आहे. आमच्या वाडवडिलांकडून मला मिळालेली ही मोठी जहागिर आहे. या जहागिरीवर आम्हा चारही भावंडांचा सारखाच हक्क आहे. माझ्या शरीरात मोठा साखरकारखाना आहे. माझी पत्नी सुषमा माझ्या प्रकृतीची फारच काळजी घेते. माझ्याशी कधीच गोड बोलत नाही. अर्थात गोड बोलण्यानं माझी शुगर वाढू नये, हा उदात्त हेतू त्यामागे असतो! माझ्या एका पेशंटची कमेंट- 'डॉक्टर साहेबांच्या रक्तातली साखर त्यांच्या जिभेवर आलेली कधीच दिसली नाही बघा. ते बहुतेक मधुमेहाच्या उपचारासाठी कारलं खात असावेत!' माझ्या मते मी स्किझोफ्रेनिक आहे व वेगवेगळ्या जगांमध्ये अधूनमधून वावरतो. घरी, हॉस्पिटलमध्ये, मित्रमंडळींत, सार्वजनिक ठिकाणी मी वेगवेगळे मुखवटे बेमालूम चढवतो. हॉस्पिटलमधील कर्मचाऱ्यांना मी विनोद करू शकतो असं सांगितलं तर त्यांना तो मोठाच विनोद वाटतो. माझ्या मित्रमंडळींना मी हुशार आहे असं कुणी म्हटलं तर हसू येतं. पण माझे हे मुखवटे माझ्या रक्तशर्करेवर अवलंबून असतात. कधी मी रुग्णाशी चांगला वागणारा डॉक्टर असतो तर कधी हॉस्पिटलमधील कर्मचाऱ्यांवर खेकसणारा खवीस असतो. शुगर नॉर्मल असताना माझा पु. ल. देशपांडे असतो, तर साखर कमी झाली असताना माझा दुर्वास झालेला असतो. शुगर वाढलेली असताना मी कासव होतो. थकव्यामुळे माझ्या हालचाली संथ होतात, मेमरी कमी होते.

'साखरेचं खाणार त्याला देव नेणार' हे मला चांगलंच माहीत आहे. म्हणून मी काहीही खाण्यापूर्वी इन्सुलिनचं इंजेक्शन घेतो. अपवाद फक्त बायकोची बोलणी खाण्याचा. तिची कितीही बोलणी मी इन्सुलिन न घेता खाऊ शकतो. कारण ती कडू असतात; पण बोलणी खाण्यानं होणारा दाह इंजेक्शनच्या सुईपेक्षा कितीतरी पटींनी अधिक असतो. एकदा गंमतच झाली. आमचे व्याही नव्यानंच घरी आले होते. हिनं चहा टाकण्यापूर्वी मला विचारलं, "तुम्हाला किती गोळ्या घालू?"

म्हटलं, "घाल नेहमीसारख्या तीन."

आमचा गोळीबार ऐकून ते चाटच झाले. त्यांच्या भेदरलेल्या चेहऱ्याकडे पाहून मी खुलासा केला, "अहो, शुगरफ्रीच्या गोळ्यांबद्दल बोलतोय आम्ही!" डायबेटीसचा एक फायदासुद्धा असतो. गोड खाल्ल्यावर अशी गाढ झोप लागते की यंव! बहुतेक अशा झोपेलाच साखरझोप म्हणत असावेत. मधुमेहात तळपायांची नेहमी आग होत असते आणि साखरेची मेंदूकडली आवक कमी झाली की चिडचिड होते. यावरूनच 'तळपायाची आग मस्तकाला गेली' असं म्हणण्याचा प्रघात पडला.

वेळीअवेळी होणाऱ्या हायपो वा हायपर ग्लायसिमियामुळे चमत्कारिक आणीबाणी निर्माण होते. एकदा माझ्या मेडिकलच्या मित्रांबरोबर जायकवाडीला गेलो होतो. रात्री अकराच्या सुमारास जेवण उरकून धरणाच्या भिंतीवर सगळे फिरायला गेलो. बरोबर बालरोग, स्त्रीरोग, नेत्ररोग आदींचे तज्ज्ञ होते. तेवढ्यात साखर कमी होण्यास सुरुवात झाली. रात्रीची वेळ, धरणाचा निर्मनुष्य परिसर, कोणतंही वाहन नाही. गोड वस्तू वा दुकान नाही; उलट कडू मित्रच होते. हायपोपेक्षा मित्रांच्या उपचारांचा धोका मला जास्त वाटला. कसंतरी करून रेस्टहाउस गाठलं व साखरेवर ताव मारला. आख्ख्या लहानपणी खाल्ली नसतील त्याहून जास्त चॉकलेट्स वा बिस्किटं मी मधुमेह झाल्यानंतर खाल्ली आहेत. माझ्या खिशात नेहमी चॉकलेट वा गोळ्या असतात. साखर कमी झाली तर ताबडतोब गोड गोळी जिभेवर ठेवावी लागते. नसता मुखातून कडू शब्दांचा गोळीबार सुरू होतो.

असो. इति, 'शर्करापुराणं एवं कृष्णायनं समाप्तः!'

◆

माझा वा'ढ'दिवस

लहानपणीचा वाढदिवस एका अर्थाने ड्राय डे असायचा. डोळ्यात पाण्याचा टिपूसही येऊ नये याची आई-बाबा कसोशीनं काळजी घ्यायचे. तो दिवस कोरडा जावा म्हणून त्या दिवशी सरांचे कोरडे पाठीवर नसायचे. एका अर्थानं हा वेट दिवसही असायचा. कारण मित्रमंडळी, नातेवाईक यांच्या जिव्हाळ्याचा ओलावा त्या दिवशी प्रकट व्हायचा.

उतारवयातील वाढदिवसात 'घट डोईवर, घट अकलेवर' अशी स्थिती असते. प्रतिवर्षी डोक्यावरच्या केसांमध्ये घट होत जाते. मेंदूतल्या अल्झहायमरला भरती व बुद्धीला ओहोटी लागलेली असते. भोज्ज्याच्या आणखी एक वर्ष जवळ पोचल्याची जाणीव करून देणारा हा दिवस असतो. त्यामुळे याला Birthday न म्हणता Berthday म्हणायला हवं व वाढदिवसाऐवजी घटदिवस म्हणायला हवं.

लहानपणी सर म्हणायचे,

'अरे वा! 'ढ' दिवस दिसतोय आज!'

मग या दिवसापुरता माझा शाळेतला पदवीदान समारंभ रद्द व्हायचा. एरवी मूर्ख, गाढव, शुंभ, नालायक, रेम्याडोक्या अशा असंख्य पदव्यांमधून किमान सात-आठ तरी पदव्या रोज माझ्या वाट्याला येत असत. या दिवशी नेहमीसारखे पाठीवर अत्याचार व्हायचे नाहीत, तर पोटावर अत्याचार व्हायचे. खाऊची, गोडधोड पदार्थांची रेलचेल असायची. नवे कपडे, अभ्यासापासून सूट व खोड्यांना शिक्षेपासून अभय या सर्व गोष्टींमुळे हा अप्रूप दिवस वाटे. नव्या कपड्यांमुळे मित्र 'न्यू पिंच' म्हणून चिमटे घ्यायचे. पाठीवर धपाटे मारायचे. सायंकाळी सवंगडी फराळास हजर

असत. लगोरी, साईसुट्ट्यो, लपंडाव खेळ रंगायचे. तीन पायांची लंगडी, चमचालिंबू आदी शर्यती व्हायच्या. भेटवस्तू म्हणून कॅमलचा कंपास, ए बी सी डी अक्षरओळख देणारी फूटपट्टी, रंगाच्या कांड्या वा गोष्टीची पुस्तकं मिळायची. उडता घोडा, जादूचा गालिचा, बोलके झाड अशी छोटीशी पुस्तकं नंतर तीन-चार दिवस हातात दिसायची.

माझा जन्मदिवस मराठी तिथीप्रमाणं वटसावित्री पौर्णिमेचा. त्या दिवशी सत्यवानापेक्षा सावित्रीचंच जास्त महत्त्व असतं. त्यामुळे या मुहूर्तावर जन्मलेल्यांच्या घरात सावित्रीचाच सदैव वट राहतो, असं म्हणतात. माझा अनुभवही तसाच आहे. माझ्या अनुमानाप्रमाणे समस्त महिला वर्गाचे वटपूजनाचे अंतस्थ हेतू वेगळेच असावेत. एक म्हणजे आपला घरात वट कायम राहावा. दुसरा म्हणजे आपलीच वटवट सर्वांनी ऐकून व चालवून घ्यावी. तिसरा महत्त्वाचा हेतू म्हणजे प्रत्येक जन्मात वेगवेगळ्या नवरा नावाच्या श्वापदाला माणसाळवण्याचे कष्ट करावे लागू नयेत.

शेवटी सावित्री यमाला म्हणते 'यांना सोडणार नसशील तर मला पण बरोबर घेऊन चल' आणि यमाच्या पाठोपाठ निघते, मग यमाचा नाइलाज होतो, अशी आख्यायिका आहे. तिला बरोबर नेण्यापेक्षा सत्यवानाचा नाद सोडलेला बरा, हे न समजण्याएवढा काही यम दूधखुळा नव्हता. 'सॉरी सत्या, मी माझ्या परीने खूप प्रयत्न केले.' असं माघारी वळताना यमानं सत्यवानाला उद्देशून उद्गार काढले होते, असं अगदी अलीकडच्या पुराण संशोधनातून निष्पन्न झाल्याचं ऐकिवात आहे. परत जाताना रेडासुद्धा आपल्या पाठीवरील भार वाढला नाही म्हणून खुशीतच होता. त्यामुळे रेडे पण आता कामाचा भार कमी व्हावा म्हणून वटपूजा सुरू करणार असल्याची वदंता आहे.

वटपौर्णिमेस पूजल्या जाणाऱ्या फोटोत चार जण आहेत- यम, सत्यवान, सावित्री व रेडा. माझ्या मित्रांनी मला पहिली व चौथी भूमिका बहाल केली आहे. मी न विचारताच कारणंसुद्धा सांगितली आहेत. पेशानं डॉक्टर असल्यानं यम व एकंदर चेहऱ्यामोहऱ्यावरून रेडा असा त्यामागे कार्यकारणभाव आहे.

सुषमा दर वटपौर्णिमेला वडाला न जाता 'हा आमचा सातवा व शेवटचा जन्म आहे' अशी घरबसल्या यमाला आठवण करून देत असते. न जाणो यम विसरलाच, तर परत नशिबी हेच श्वापद यायचं, ही त्यापाठची भीती आहे.

मला वाढदिवसाला काय प्रेझेंट द्यावं यावर घरात खल चालला होता. वस्तू माझ्या उपयोगाची असावी असं सर्वानुमते ठरलं. मग गॉगल, काठी व बूट हे पर्याय माझ्यापुढे ठेवण्यात आले. मी विचार केला, काठी व बूट यांचा उपयोग माझ्यापेक्षा सुषमालाच जास्त होईल. तशात सुषमा म्हणाली, "आजकाल मजबूत व टिकाऊ काठ्या तरी कुठं मिळतात? एकाच वापरात तुटून जातात!" म्हणून काठी बाद झाली.

मी म्हणालो, “आधीच मी ‘गोगलगाय’ आहे. गॉगल वापरला तर सगळे मला ‘गॉगल गाय’ म्हणतील. मला ‘गूगल गाय’ म्हणवून घ्यायला जास्त आवडेल. म्हणून एखादा टॅब आणला तर छान होईल.”

सुषमा, “टॅब आणायला हरकत नाही; पण तुम्हाला तो वापरता आला पाहिजे ना!” अशा तऱ्हेने माझ्या हुशारीवर प्रश्नचिन्ह उभं करण्याची एकही संधी ही दवडत नव्हती.

शेवटी तिनं व्हेटो वापरला व मला बूट देण्याचा बूट काढला. मी तिला म्हटलं, “अगं, तू नेहमीच मला जोडे देतेस, या वर्षीही तेच बक्षीस का?”

“अहो, तुम्हाला मागच्या वर्षीचा जोडा चांगला ‘लागला’ नाही (म्हणजे लवकर खराब झाला) असं तुम्हीच म्हणाला होतात ना?” इति सुषमा.

“वाढदिवस माझा; पण वस्तू तुझ्याच जास्त कामाची होणार नाही का मग?” मी.

“अहो, तुमचे बूट झिजले आहेत, ते तसेच चारचौघात ‘वापरणं’ बरोबर दिसत नाही.”

“त्याचं कारण म्हणजे माझ्यापेक्षा जास्त तू केलेला बुटांचा वापर! तरी मी तुला म्हणत होतो बुटांचा वापर जरा जपून कर म्हणून!”

अजेयने विचारलं, “बाबा, तुमचं काय माप आहे?”

माझा पारा बराच चढलेला असल्यानं म्हटलं, “सारखं सारखं माझं माप काढत जाऊ नको हं!”

अजेय, “अहो, तुमच्या पायाचं माप विचारतोय मी!”

मी, “पायाचा नंबर सांगू का पायाचा ठसाच कुठंतरी उमटवून दाखवू?”

सुषमा, “अरे, बाबा दस नंबरी आहेत हे तुला माहिती नाही वाटतं! नागाच्या फण्यावर जसा दहाचा आकडा असतो, तसा यांच्या बुटाच्या टाचेवर दहाचा आकडा असतो बघ.”

पूर्वी वहाण ओवाळून दृष्ट काढण्याची पद्धत होती. ती थोडीशी बदलून वहाण वापरून दृष्ट काढण्याचा प्रकार आमच्याकडे रूढ झाला आहे. पूर्वी जनावरांच्या पायांना व पुरुषमंडळींच्या बुटांना नाल ठोकलेली असायची. अशा नालयुक्त पादत्राणांच्या आघाताला त्रासून समग्र पुरुष मंडळींनी ‘नाल रोको’ नावाचं यशस्वी आंदोलन केलं होतं. ही पद्धत हल्ली बंद झाल्यानं सर्व नवरे मंडळींनी सुटकेचा निःश्वास सोडला आहे. वधू-वरांची एकमेकांशी नाळ जुळली असा वाक्प्रचार यावरूनच रूढ झाला असावा. लग्नामध्ये नवरदेवाचे बूट पळवून त्यांच्या जागी वधूच्या पसंतीचे बूट ठेवण्याची प्रथाही बहुतेक यातूनच निर्माण झाली असावी.

आमच्या घरात पायाची साइज बघून जोडे आणण्याऐवजी गालाचं माप घेऊन

आणायची पद्धत प्रचलित आहे. जोडा पायात बरोबर बसतो की नाही हे पाहण्याबरोबरच तो चांगला हाताळता येतो की नाही, हेसुद्धा बघितलं जातं. त्यामुळे नेहमी जोडे आणायला जोडीनेच जावं लागतं. ही मला नेहमी सगळ्यांसमोर शालजोडीतले बूट हाणते म्हणून तिला मी गमतीने 'बूट' की सुषमा म्हणतो. एकदा मला तिने मित्रासमोरच विचारलं होतं, "अहो तुम्ही बूट खाणार का? यांना पण देते." मित्र घाबरला.

मी म्हटलं, "अरे मी रोजच खातो. फार छान लागतो बघ." मित्र पळण्याच्या बेतात होता तेवढ्यात ही हरी बूट घेऊन आली.

आजकाल सर्वांनाच बूट 'लागतोय.' कॉम्प्युटरही त्याला अपवाद नाही. त्यालाही बूट केल्याशिवाय तो चालत नाही.

बुटांची खरेदी करून आल्यावर अमेयनं दुकानातला किस्सा सांगितला, "बाबा, त्या दुकानदारानं बरोबर ओळखलं, ही बूटखरेदी तुमच्यासाठीच आहे म्हणून."

मी, "अरे तुला तो ओळखत असेल."

सोनिया, "नाही हो बाबा, अमेयनं बुटाची निवड केल्यावर मी फक्त तो हाताळून बघत होते तेवढ्यावरूनच त्यानं विचारलं, तुम्ही उकडगावकर का?"

सुषमाची निवड करताना सौंदर्याबरोबरच मी तिच्या उंचीचाही विचार केला होता. कमी उंचीमुळे तिचे हात माझ्या गालांपर्यंत पोचणार नाहीत ही अटकळ होती. शिवाय 'कुटुंब लहान तर सुख महान' या महाराष्ट्र सरकारच्या घोषणेचा मी आपल्या परीनं वेगळाच अर्थ लावला होता.

फार पूर्वी माझ्या वाढदिवसाला एका रुग्णाचं ग्रीटिंग आलं होतं. त्यावर मजेशीर पत्ता लिहिलेला होता—

None the kumar Ukhadgaonkar,

New raw logist-

Khokadpura

तो वाचून हिनं लॉजिक लावलं, 'अहो None the Kumar तुमचं वय पाहून लिहिलं असेल. त्याला तुमचा स्वभाव माहीत असल्याने Ukhadgaonkar लिहिलं असणार. तुम्ही आताच पास झाल्याने विषयात कच्चे आहात हे त्याने New raw logist लिहून तुम्हाला कळवलं आहे. Khokad pura तुमच्या एकंदर ॲपिअरन्सवरची कॉमेंट असेल.'

चुकीचं स्पेलिंग लिहिल्यास Nand Kumr चा उच्चार नंद कु मर होतो असं माझ्या रानडे नावाच्या मित्राला सांगून विनोद निर्माण करण्याचा मी केविलवाणा प्रयत्न केला. तो हाणून पाडण्यासाठी तो म्हणाला, 'अरे kumar मधल्या a ला एवढं काय महत्त्व देतोयस? आपल्याला अर्थ समजला म्हणजे झालं.'

माझा विनोद फसल्यानं मी तावातावानं म्हणालो, 'तुझ्या Ranade मधला a काढून Rande लिहिलं तर कसं वाटेल तुला?' बिचाऱ्या रानडेनं गुपचूप हार कबूल केली.

जन्मदिनी सकाळीच पेपरमध्ये माझा फोटो झळकला. टिबडीने रणदिवेला मोठ्या उत्साहानं फोटोबद्दल फोन करून सांगितलं. रणदिवेला काही केल्या पेपरमध्ये फोटो दिसला नाही. याचं कारण बऱ्याच ऊहापोहानंतर आमच्या लक्षात आलं, स्वारीनं obituaryच्या पानावरील सगळे फोटो पालथे घातले होते!

पेपरमध्ये आणखी एक बातमी होती, 'अतिवृष्टीमुळे ब्रह्मपुत्रेच्या पातळीत वाढ.' म्हटलं, 'आज सगळीकडेच 'वाढ'दिवस दिसतोय.'

दिवसभर फोन, एसएमएस, वॉट्स् ॲप, मेल वर अभिनंदनपर व शुभेच्छादर्शक संदेश आले.

सायंकाळी घरी औक्षण झालं. सुषमानं नेहमीपेक्षा वेगळे दिवे ओवाळले. रोजच्यापेक्षा वेगळी टोपी घातली. कपाळी एवढं कुंकू लावलं की मी मळवट भरलेला पोतराजच दिसत होतो. नवीन खरेदी केलेल्या बुटांनी आमची वर नमूद केलेल्या रिवाजानुसार दृष्ट काढली. नेहमी माझ्या कपाळी अंगठा असतो त्याऐवजी आज कपाळी अंगठी लागली.

वाढदिवसाची पार्टी रात्री करावी असं मित्रमंडळींनी आधीच ठरवलं होतं.

"कुठंतरी बाहेर बसू या हॉटेलमध्ये," असं बापट म्हणाला.

सिकची म्हणाला, "अरे, हम सब मेरे घरही बैठेंगे. बाहर बैठनेका खयाल छोड दो."

मी, "बरोबर आहे, आपण बाहेरख्याली थोडेच आहोत बाहेर जायला? आणि आजकाल बायका पण 'बाहेर बसत' नाहीत; मग आपण का बाहेर बसायचं?" 'भवति न भवति' करत सिकचीला गंडवायचं ठरलं. सगळे सवंगडी आपापल्या ट्रेनरबरोबर सिकचीकडे जमले.

आमच्या मित्रांमध्ये जसा वटपौर्णिमेचा रेडा (दिसण्यात) होता, तसा अमावस्येचा वृषभही (बुद्धीने) होता. गणेशाचा मूषक (रंगाने) होता तसं दत्ताचं श्वान (बोलण्यावरून) होतं. पाठीवर दुर्गा आरूढ झालेला व्याघ्र होता (वागण्याने) तसा इंद्राचा ऐरावतही (शरीराने) होता. जांबुवंत होता (केसाळ व बोलून गुदगुल्या करणारा), साळींदर होतं (टोचून बोलणारं) यातल्या सगळ्या देवांच्या वाहनांनी सिकचीच्या हॉलमध्ये तळ ठोकला. मी- यमवाहन- पार्क अव्हेन्यू चढवून सिकचीच्या या पार्क ॲव्हेन्यूमध्ये पार्क झालो. नाईक नाइकेचा (Nike) टीशर्ट घालून नायिकेबरोबर अवतरला. टिबडीला या सफारीची सवय होती म्हणून तो सफारीत आला. पालवे पालवीमुळे शोभून दिसत होता. वहिनी बऱ्याच दिवस गावाला गेल्या होत्या हे अनुमान त्याच्या

टिकलेल्या काठीवरून आम्ही काढलंच होतं. टाटा पॉवरच्या व्हाइस प्रेसिडेंट उमेशने हल्लीच टाटाला टाटा केला होता व त्याची पॉवर (अनघावहिनी) मुंबईला ठेवून एकटाच माहेरी आईकडे आला होता. 'गोविंदा आला रे आला...' गाण्याने मानवतहून आलेल्या गोविंद आचार्यचं स्वागत केलं गेलं. नाल्यावरच्या जहागीरदारचं पाटबंधारे खात्यातील नोकरीमुळे कालव्यावरचा जहागीरदार असं नामकरण झालं होतं. त्याच्या धार्मिक वृत्तीमुळे तो शुभप्रसंगी पौरोहित्य करण्यासाठी नेहमीप्रमाणे हजर झाला.

सिकचीच्या अंगणात दिव्यांचा झगमगाट दिसला. मी म्हटलं, 'अरे किती दिवे लावलेस रे!' तेव्हा सिकचीने यामागचा इतिहास सांगितला. आदले दिवशी हा घरात लुडबुड करत असता उज्ज्वलावहिनींनी त्याला ठणकावलं, 'तुम्हाला जे काय दिवे लावायचे ते बाहेर लावत जा. काय जो उजेड पाडायचा तो बाहेर पाडत चला.' म्हणून मी बाहेर खूप दिवे लावले. मी सिकचीच्या मराठी आकलनशक्तीस मनापासून सलाम केला. मी तिथंच दिव्याखाली ठेवलेल्या खुर्चीवर स्थानापन्न झालो. लगेच सुषमाची कमेंट कानावर आली, 'दिव्याखाली अंधार यालाच म्हणतात वाटतं.'

तसा माझा दिव्याशी संबंध लहानपणापासूनच आहे. परीक्षा पास होण्याच्या दिव्यातून बाहेर पडणं मोठं जिकिरीचं काम होतं. मला प्रश्न विचारताना सर नेहमी 'दिव्य' ही उपाधी लावत. बालपणापासून मी परीक्षांमध्ये दिवे लावायचो. मला हे कळायचं नाही की मी नेहमी दिवे लावत असूनसुद्धा 'माझ्या डोक्यात प्रकाश पडत नाही' असं सर का म्हणतात. माझ्या आकलनशक्तीला नेहमी ट्यूबलाइटची उपमा दिली जायची. मी सर्व विषयांत उजेड पाडूनही माझ्या विद्वत्तेच्या बाबतीत अंधाराचीच उपमा दिली जायची. माझ्या अभ्यासाच्या प्रांगणात ज्ञानसूर्य कधीच उगवला नाही. अज्ञानाच्या ढगांनी माझा ज्ञानसूर्य कायम झाकोळलेला असायचा. दिवाना, दिवटा, दिवाळखोर असे दिवा शब्द माझ्या बाबतीत नेहमी वापरले जात.

मी गेल्याबरोबर सिकचीने प्रफुल्लित मुद्रेने फूल देऊन फुल्ल उत्साहाने स्वागत केलं व लगेच घोषणा केली 'फूल (fool) के हाथ में फूल!'

सर्वांनी डोक्यावर सर्कशीतले विदूषक घालतात तशा कोनाकृती टोप्या घातल्या. तेवढ्यात सुलोचनावहिनी म्हणाल्याच, 'सर्कशीतील प्रवेशासाठी एकंदर अवतारात टोप्यांचीच तेवढी कमी होती!'

त्यांनाही टोपी चढवल्यावर सिकची त्यांना चिडवण्यासाठी म्हणाला, 'आम्ही विदूषक तर तुम्ही विदुषी दिसताय.' त्याला वाटलं विदुषी म्हणजे विदूषकाची बायको! मी त्याच्या मराठीला परत दंडवत घातला. त्याला विदुषीचा अर्थ समजावून सांगता सांगता तोंडाला फेस आला. त्याचं भविष्य 'उज्ज्वल' आहे असं मराठीच्या

सरांनी केलेलं भाकीत खरं ठरलं (सिकचीवहिनींचं नाव 'उज्ज्वला' आहे!)

जेवणात आमटी जरा आंबट झाली आहे असं सिकची म्हणाला तेव्हा उज्ज्वलावहिनी ताड्कन म्हणाल्या, "अहो, तुम्ही सगळे आंबटशौकीन आहात हे मला माहीत होतं." श्रीखंड-पुरीचा खास बेत होता. वहिनी सारखा आग्रह करकरून हे वाढ ते वाढ करत होत्या. म्हटलं, आज तुमचासुद्धा 'वाढ'दिवस दिसतोय. पुरीसाठी सिकचीवहिनींचा आग्रह, "अहो, आणखी एक फुगलेली घ्या ना!"

"भाभी, आम्हाला फुगलेली एकच बास झाली. तशी आम्हाला फुगलेली कोणतीच गोष्ट आवडत नाही." सर्व भाभींच्या आकाराकडे बघत टिबडीने ताबडतोब बदला घेतला. वहिनींचा पुरीचं टोपलं घेतलेला हात अंमळ जोरात दूर केल्यानं त्यांची बांगडी फुटली. लगेच बंधूंच्या प्रतिक्रिया—

पुरी वाढल्याने बांगडी वाढली!

आज बांगडीचाही 'वाढ'दिवस दिसतोय!

उल्काचा धक्का लागून पाण्याचा जग पालथा झाला व जमिनीवर तळं साचलं. मला उल्केमुळे झालेल्या लोणार सरोवराचीच आठवण झाली! असाच पहिला खगोलशास्त्रीय शोध लागला असावा!

मी : "आपण सिकचीच्या खिशाचे बारा वाजवले आता त्याच्या घड्याळातही बारा वाजताहेत. सिकचीचा खिसा आपण कापलाय, आता त्याने आणलेला केक कापू या!"

आम्ही सगळे हॉलमध्ये ठेवलेल्या केककडे जाऊ लागलो तेव्हा सुषमाची कमेंट, 'यालाच केकवॉक म्हणतात वाटतं!'

मी, 'आमचं सगळ्यांचं आयुष्य म्हणजे अडथळ्यांची शर्यत आहे (सगळ्या भाभींकडे दृष्टिक्षेप). एक दिवस तरी आम्हाला केकवॉक घेऊ द्या!'

सिकची : सुषमावहिनी द्या हो त्यांच्या तोंडात आता... केक! नेहमी श्रीमुखावरील आघाताने गाल फुललेला असायचा तो आज केकमुळे फुगला. केकसाठी सर्वांना करा रे हात पुढे असं म्हटल्यावर नेहमीसारखं केसांवर हात चोपडून सर्वांनी हात पुढे केले.

आचार्य : अरे हा काही वर्ग नाहीए!

नाईक : पण हेडमिस्ट्रेस तर आहेत ना!

हसता हसता पालवेला ठसका लागला व त्याची कवळी अर्धवट बाहेर आली. ती काही केल्या पूर्ण बाहेर निघेना. शेवटी पालवेवहिनींनी त्यांचं नेहमीचं कवळी उत्थापनाचं कसब वापरून त्याला कवळी बाहेर काढण्यास मदत केली. शेवटी त्या म्हणाल्यासुद्धा, 'किती खराब झालीये हो कवळी! टाका बरं उद्याच घासायला मोलकरणीकडे!'

सिकची :

मी करतो सर्वांना अर्ज
सिनेमा आठवा फर्ज
आवाजात आणून खर्ज
पार पाडू या शुभेच्छांचा फर्ज

सर्वांनी 'फर्ज' चित्रपटातलं 'बार बार दिन ये आये...' हे गाणं अशा काही दर्दभऱ्या आवाजात म्हटलं की माझ्या जन्मदिनाबद्दल त्यांच्या खऱ्या दर्दभावनाच असाव्यात हे लक्षात आलं. खरे 'दर्दी' मित्र!

माझ्याविषयी नाना विचारमौक्तिकं माझ्या सवंगड्यांनी पेश केली.

- पौर्णिमेच्या दिवशी अमावस्या जन्मली
- चांदण्या रात्री अवतरलेला अंधार
- वटपौर्णिमेस प्रकटलेला रेडा
- सुषमाला पौर्णिमा संबोधून 'पौर्णिमेस लागलेलं ग्रहण'

मला वाढदिवसाची भेट म्हणून शाल, श्रीफल व शर्ट मिळाला. मला शाल प्रेझेंट दिल्याबद्दल सर्वांचे मी आभार मानले व सुषमा या शालजोडीचा योग्य उपयोग करील, अशी आशा व्यक्त केली. तसेच सिकची नेहमी केवळ माझ्याच नाही तर अनेकांच्या हातात नारळ देत असतो, याची आठवण करून दिली. माझा वाढदिवस एखाद्या ग्रहणाच्या दिवशी असता तर मला भरपूर शर्ट दर वर्षी मिळाले असते अशी हळहळ व्यक्त केली.

रावदेव म्हणाला, ''गॅलिलिओसारखं तुझं नाव खगोलशास्त्रात अजरामर होणार. आतापर्यंत खगोलशास्त्रात सूर्यग्रहण व चंद्रग्रहणच समाविष्ट होते. तुझ्या जन्मदिवसानं लागलेल्या ग्रहणामुळे यात आता पृथ्वीग्रहणाचा समावेश झालाय! (दुसरा खगोलशास्त्रीय शोध!) तसं तुझ्या जन्मानं उकडगावकर घराण्यालाच ग्रहण लागलंय म्हणा.''

सुषमाला दोन शब्द बोलण्याचा सर्वांनी आग्रह केला. पण दोन शब्दांवर थांबेल ती सुषमा कसली! तिनं मुलूखमैदानला बत्ती दिली, ''यांच्याजवळ विविध परीक्षांमध्ये मिळालेले भरपूर गुण आहेत. त्या गुणांबद्दल न बोलता दुसऱ्या गुणांबद्दल मी बोलणार आहे. पैकी दुर्गुणांबद्दल बोलणं आज उचित होणार नाही. म्हणून मी फक्त सद्गुणांबद्दलच बोलेन.'' असं बोलून सुषमा दोन मिनिटं स्तब्ध उभी राहिली. व Thank you म्हणून खाली बसली. माझ्या सद्गुणांबद्दलच्या मित्रकंपनीला असलेल्या माहितीला दुजोरा मिळाल्यानं सर्वांनी टाळ्यांचा कडकडाट केला व माझी दुर्गुणमाहिती सांगण्याचा आग्रह केला. सुषमा म्हणाली, ''त्यात खूपच वेळ जाईल हो व आख्खी रात्रसुद्धा पुरणार नाही. तरी सांगण्याचा मोह आवरत नाही म्हणून सांगते,

“यांची ‘विद्या’ चांगली आहे हे मला माहीत होतं; पण आता लक्षात आलं की यांच्याजवळ ‘प्रतिभा’पण आहे याची मला अजिबात ‘कल्पना’ नव्हती. चारचौघात ‘शोभा’ नको म्हणून बोलले नाही. कुणी म्हणालं यांची ‘शैली’ पण चांगली आहे. मी खुलासा विचारल्यावर मात्र यांच्या बोलण्यात मला असत्याची ‘छाया’ दिसली. ‘सोनिया’ व ‘गीता’च्या मदतीनं यांची चांगली दृष्ट काढण्याची माझी ‘मनीषा’ आहे व योग्य ‘संध्ये’ची ‘प्रतीक्षा’ करत आहे.

“नंदकुमारचा अर्थ आहे कृष्ण. त्यांचा वाण आणि पोत दोन्ही कृष्णासारखाच आहे. हे कृष्णवर्णीय आहेत. यांच्या खोड्यांना आई कृष्णकृत्य म्हणायच्या. यांची तशी कृष्णकृत्यही बरीच आहेत. यांच्या पैशावरसुद्धा कृष्णछाया आहे असं लोक म्हणतात. शत्रूंचा नाश करण्यासाठी कृष्णाकडे सुदर्शनचक्र होतं. यांच्याकडे त्याहूनही जालीम असं औषधांचं अस्त्र आहे...”

माझी बिंगं फुटत चाललेली पाहून मी मध्येच बोलायला सुरुवात केली,

“कृष्णासारखीच माझ्याजवळ रुक्मिणी आहे व अंगणात पारिजातकाचं झाडसुद्धा मी लावलं आहे, फक्त सत्यभामेची वाट बघतोय. कृष्णाप्रमाणं माझा जन्म बंदिवासात झाला नसला तरी पुढं जन्मभर माझ्या नशिबी बंदिवास दिसतोय!”

आमचा कलगीतुरा बराच रंगेल असा अंदाज आल्यानंतर मित्रांनी आमच्या तोंडात केक कोंबला त्यामुळे आमची जुगलबंदी तिथंच थांबली.

सरते शेवटी उल्कानं सिक्सर मारला, “अरे, आम्ही सगळे थकलोय. आजच्या रात्री तुम्ही आपापली तोंडं पानानंच रंगवून घ्या.” या उल्कापातानं सगळ्यांचे चेहरे फोटोजेनिक झाले. म्हणून फोटो सेशन झालं.

असो. बहुतेक वटपौर्णिमेला जन्मल्याने माझा बऱ्यापैकी वट आहे. माझी वटवट लोक ऐकतात व सहनही करतात. यमाचाही माझ्या सावित्रीसमोर वट चालणार नाही, अशी माझी खात्री आहे. कालपरत्वे माझा वटवृक्ष झाला आहे. सध्या मला खंबीर आधार देणाऱ्या पाच पारंब्या आहेत. पैकी मुख्य औरंगाबादेत असून, तीन पुण्यात व एक नागपुरात आहे. पुढील वाढदिवसापर्यंत एखाद्या पारंबीची वाढ होण्याची शक्यता आहे. ती पारंबी सत्यवान की सावित्री, हे येणारा काळच सांगेल!

◆

आजोबांचा जन्मदिवस

मंडळी,

मुलाची, बापाची, आजोबांची व पणजोबांची जन्मतारीख व वय एकच असते असा माझा जावईशोध आहे. नाही पटलं? तर मग कसं ते ऐका. मूल ज्या दिवशी जन्मतं त्याच दिवशी त्याच्या वडिलांचा बाप म्हणून जन्म सुरू होतो व इतके दिवस बाप असलेल्या महाभागाचा आजोबाचा रोल सुरू होतो. त्याच दिवशीपासून आजीचाही जन्म होतो. यामुळेच आजी-आजोबांचं वयसुद्धा एकच असतं. आजोबांचा पणजोबा क्वचितच होतो व त्याच्या पुढची पायरी गाठेपर्यंत त्याचं खापरच होतं, म्हणून त्यांना खापर पणजोबा म्हणत असावेत. सारांश, म्हणजे नातू व आजोबा एकाच वयाचे असतात. या सिद्धान्तात एक मेख आहे. प्रत्येक पिढीच्या प्रथम अपत्यालाच हा नियम लागू होतो. असे प्रत्येकाच्या आयुष्यात कमीत कमी दोन व जास्तीत जास्त सहा जन्मदिवस असतात. त्यांचा क्रम सर्वश्रुतच आहे

पहिला, स्वतःचा जन्मदिवस
दुसरा, नवरा म्हणून
तिसरा, बाप म्हणून
चौथा, आजोबा म्हणून
पाचवा, पणजोबा म्हणून

सहावा, हा स्वर्गातला जन्मदिवस व पृथ्वीवरचा टाटा दिवस असतो! याला Berth-day असंही लिहिलं जातं.

हा शेवटचा जन्मदिवस ज्या दिवशी पुष्पक विमानात बर्थ (Berth) मिळेल त्या दिवशी असतो व या जन्मदिवसाची पार्टी चौदाव्या दिवशी असते. तसं म्हटलं तर पणजोबांचं वयोमान आजोबांपेक्षा कमी असतं.

म्हणजे पणजोबा म्हणून जगायचे दिवस आजोबा म्हणून जगलेल्या दिवसांपेक्षा कमीच असतात. आजोबांचं वय बापापेक्षा कमी असतं. पण बापाचं व मुलाचं वय सारखंच असतं.

दुसऱ्या वाढदिवसालाच आई व बाबांचा शिशुवर्ग चालू होतो. शी व शू संगोपन कसं करायचं याचं हॅंड्स ऑन प्रशिक्षण सुरू होतं.

आजोबा व नातवांमध्ये बरंच साम्य असतं. डोक्यावरचं जावळ समसमान असतं, दंताजीचं ठाण उठल्यामुळे आजोबांच्या तोंडाचं बोळकं झालेलं असतं, तर इकडे दंतप्रतीक्षेमुळे बाळाच्या तोंडाचा फ्लॅट रिकामा असतो. दोघांचंही बोलणं बोबडं असतं. दोघांची स्मरणशक्ती सारखीच असते. आजोबांना चालताना काठी लागते, तर नातू पांगुळगाडा वापरतो. बहुधा या साम्यामुळेच दोघांची छान गट्टी जमते. मुलाला 'काय रे घोड्या' म्हणणारे आजोबा नातवाचा मात्र घोडा होऊन घरभर संचार करत असतात. त्यांना स्वतःला साखर वर्ज्य असली तरी पाठीवर साखरेचं पोतं घेऊन सगळीकडे फिरावं लागतं. नातवाच्या दिवाळीतल्या किल्ल्याचे आर्किटेक्ट आजोबाच असतात. खाण्यापिण्याचे सर्व हट्ट आजीसमोर पूर्ण होतात. छोट्या छोट्या खोड्यांची साक्षीदार आजी असते व तिची ढाल असल्याशिवाय नातूमंडळी मस्तीच करू शकत नाहीत.

चार वर्षांपूर्वी आम्ही अमेयचे दोनाचे चार हात केले. चार हात झाल्यावरच त्याला दोन हात करायचा अनुभव आला. अमेयचं जॉबमध्ये प्रमोशन झालं व वरचा हुद्दा मिळाला. तेव्हा आम्ही त्याला विचारलं, 'आता घरातला हुद्दा केव्हा वाढणार अमेयराव? बाहेर चांगले चमकताय; मग घरी एखादा दिवा चमकवा की!' मग दोघं संसारावर चांद लावण्याच्या तयारीला लागले. छोट्या छोट्या इश्यूंकडे दुर्लक्ष करून खऱ्या इश्यूच्या मागे लागले. खराखुरा लॅपटॉप घरी आणण्याची तयारी सुरू झाली. डिसेंबरअखेर नवीन वर्षाच्या आगमनाबरोबरच नवीन पाहुण्याची चाहूल लागली.

आमच्या घरी नवीन पाहुण्याचं आगमन जवळजवळ दोन तपांनी होणार होतं. त्यामुळे उत्साह ओसंडून वाहत होता. बिनीचं अपत्य असल्यानं पुण्यातल्या उपचारासाठी डॉ. बिनिवालेंची निवड केली गेली. आठव्या महिन्यातच अमेयचं हेड ऑफिस- सोनिया- औरंगाबादला शिफ्ट झालं. सोनिया अपेक्षित तारखेच्या महिनाभर आधीच आली होती. मी अमेयला म्हटलं, "अरे, एवढ्या लवकर का पाठवतोयस तिला पुण्याहून?"

"अहो बाबा, कोणतीही गोष्ट तिच्या पोटात फार वेळ काही राहत नाही. त्यामुळे ती लवकरच आलेली बरी!"

तिची स्थापना कोणत्या खोलीत करायची असा विषय होता. मुलगा झाला तर निळ्या रंगाची खोली व मुलगी झाल्यास गुलाबी खोलीत सोय करावी असं ठरलं.

सुदैवानं दोन्ही रंगांच्या खोल्या आमच्याकडे होत्या.

मुलगी का मुलगा यावर ऊहापोह चालला होता. अमेय-सोनिया यावरून मुलगा झाल्यास अमोनिया व मुलगी झाल्यास अय्या ठेवावं, अशी सजेशन आली. मग तिला नाव विचारल्यास अय्या अमेय असं सांगितल्यावर कशी गंमत येईल यावर चर्चा झाली.

इवलीशी झबली, टोपडी, लंगोट, छानछान प्राणी, पक्षी, कार्टून असलेली दुपटी यांची खरेदी झाली. सायकलरिक्षासारखं टप असलेली छोटीशी मच्छरदाणी वजा गादी पाहून गंमत वाटत होती. सोनियानं पुण्याला गर्भसंस्कार वर्ग लावला होता. इतके दिवस केलेलं बालसंगोपन (केसांची निगा?) वेगळं होतं. आता घरात वेगळ्या बालसंगोपनावरच्या पुस्तकांची लायब्ररीच झाली. अमेयनं सोनियाला 'तू टी व्ही वर कार्टून अजिबात पाहू नकोस असं निक्षून बजावलं होतं. न जाणो आपलं बाळ अभिमन्यूसारखं असलं तर त्याला पुढे कार्टून बनायचं शिक्षण मिळायचं' अशी त्याला भीती वाटायची. पण सोनियाला हा सिद्धान्त पटला नव्हता. तिचं आर्ग्युमेंट वेगळंच होतं, "तुमच्या जन्माआधी आईंनी कधी टी व्ही पाहिला होता का? तरी तुम्ही हे असे झालाच ना?" अमेयच्या चेहऱ्याभोवती हात ओवाळून सोनियाचा प्रश्न.

अमेय वस्ताद आहे, म्हणाला, "नाही, पण तिने अभिमन्यूची गोष्ट जरूर वाचली असणार. त्यामुळेच तर तुझ्या चक्रव्यूहातून बाहेर पडणं मला जमत नाहीये!"

आजकाल स्टेम सेलसाठी कॉर्ड ब्लड जपून ठेवण्याची प्रथा निघाली आहे. प्रसूतिपूर्व वेदना सुरू झाल्या की हॉस्पिटलबरोबरच कॉर्ड ब्लड राखून ठेवणाऱ्या प्रतिनिधीलासुद्धा फोन करावा लागतो. त्याचा फायदा भविष्यात बाळाला नाही झाला तरी आज स्टेम सेल कंपनीच्या मालकाला जरूर होतो आहे.

माझा रंग, सुषमाची उंची. अमेयचं डोकं व सोनियाची जीभ या गोष्टी बाळामध्ये येऊ नयेत अशी आम्ही देवाला विनंती केली. मग देवाजीनं एक सुंदर बाळकृष्ण तयार केला. कुरियर व कॅरियर म्हणून सोनियाची निवड केली. डिलिव्हरी पॉईंट बजाज हॉस्पिटल ठरवला. अंजलीने तिच्या knife ने सही केली व डिलिव्हरी पार्सल ताब्यात घेऊन सोनियाच्या हवाली केलं. नारळी पौर्णिमेच्या दिवशी भर दुपारीच आम्हाला चंद्रदर्शन झालं. बाळकृष्ण रामजन्माच्या मुहूर्तावर जन्मला.

देवाघरून निघताना बाळाचे डोळे भरून आले असणार कारण जन्मल्याबरोबर त्यानं देवाच्या वियोगानं मोठ्ठं भोकाड पसरलं होतं. बिचाऱ्याला आपल्या वाट्याला येणारे आईबाप कसे निघतील, याची काळजी वाटत असणार.

अमेय पुण्याला होता. त्याला सुषमानं फोन करून बातमी सांगितली. अमेयचा पहिला प्रश्न, "बाबा कसे आहेत?"

सुषमाला आश्चर्य वाटलं. ती म्हणाली, "चांगले आहेत. हॉस्पिटलमध्ये पेशंट तपासताहेत."

अमेय : "अगं ते बाबा नाही, बाबा म्हणजे बाळ-बाळंतीण!"

मी बाळाला बघायला ओपीडी संपल्यावर सायंकाळी गेलो. अर्थात जन्मतःच बाळावर कृष्णछाया पडू नये हा सद्‌हेतू होता. रुग्णालयातल्या सुरक्षारक्षकानं मला जिन्याजवळच अडवलं. सुरक्षारक्षकाकडून अडवणूक हा प्रकार माझ्या बाबतीत नेहमीच होतो. याचं कारण माझा अवतार व चेहरा असावा. माझा फोटो जगभरातल्या सुरक्षारक्षकांना नेटवर पाठवला गेला असावा, असा मला दाट संशय आहे. कारण एकदा जोहान्सबर्गच्या विमानतळावर सुषमा व अजेय सुरक्षातपासणीतून बाहेर पडल्यावर नेमकं मलाच अडवण्यात आलं. सुरक्षारक्षकांना मी बहुतेक अतिरेकी वाटलो असेन. बरोबर माझा मित्र होता. त्यानं माझ्यासाठी रदबदली करायचा प्रयत्न केला. He is my pet and close friend.

सुरक्षारक्षक : We dont allow pets on board.

असो, इथं तो जिन्याजवळील सुरक्षारक्षक म्हणाला, 'हम किसीको ऊपर नही जाने देते.'

मी म्हणालो, 'हम भी सब को उपर जानेसे रोकनेकी कोशिश करते है.'

'साब आप सेक्युरिटी है क्या?'

'नही, मैं डॉक्टर हूं!'

सुषमाने हसत हसतच खोलीचं दार उघडलं.

सुषमा म्हणाली, 'हात करा पुढे.' मी दचकलोच. या वाक्याची मी शाळेपासूनच धसकी घेतली आहे. त्यामुळे मी भीत भीतच हात पुढे केला. तिने माझ्या हातावर पेढा ठेवला, "अभिनंदन, नातवाबद्दल!"

"मला वाटलं तू माझ्या हातावर तुरी ठेवतेस की काय!"

"तुमच्यासमोर माझी डाळ शिजते होय!"

"मला उगीच हरभऱ्याच्या झाडावर चढवू नकोस. मी नेहमीसारखा मूग गिळून स्वस्थ बसणार नाही."

तेवढ्यात सोनियाच्या हाकेनं आमचं हे तूर, मूग, हरभरा डाळपुराण तिथंच थांबलं.

"सुषमा, दिवसभर न जेवता बाळाच्या तैनातीत होतीस. म्हटलं, कँटिनला फोन करून काही मागवू का?"

"इथं रूम डिलिव्हरी देतात की नाही शंकाच आहे," सुषमा.

"इथल्या हॉस्पिटलमधे सोनियाच्या डिलिव्हरीची सोय आहे तर रूम डिलिव्हरीची सोयसुद्धा असायलाच हवी," मी.

तरी मी कँटिनमध्ये जाऊन थर्मासमध्ये चहा घेऊन आलो. परत येताना दुसरा सुरक्षारक्षक होता. त्याने काही मला अडवलं नाही. हातातला थर्मास पाहून त्याला मी बहुतेक कँटिनमध्ये काम करणारा हरकाम्या वाटलो असेन!

बाळ जास्त झोपतो, त्याचा आवाज बारीक आहे. फारशी कुरकुर करत नाही हे पाहिल्यावर तो सोनियापेक्षा अमेयवर गेला आहे असं आमचं मत झालं. पण थोड्याच वेळात आम्हाला दिसलं की तो अधूनमधून एक हात वर करतोय, कपाळाला आठ्या पाडतोय व डोळे रोखून पाहिल्यासारखं करतोय. मग मात्र आम्हाला तो सोनियासारखा वाटला. सोनियाचं धारदार नाक हा चर्चेचा विषय झाला. धारदार नाकाचे अमेयनं आतापर्यंत पाहिलेले गुणधर्म व फायदे-तोटे सांगितले,

—कुठंही नाक खुपसता येतं.

—धार असल्यानं नाकानं कांदे सोलता येतात.

—नाक फुगवलेलं लगेच लक्षात येतं.

–नथ घातली तरी नाकापेक्षा मोती जड होत नाहीत. आमच्याकडे नवऱ्याला मोत्या (चार पायाचा नव्हे) समान मानतात.

मी पाहिलं की बाळाकडे पाहताना अमेय मधूनमधून दचकून दोन पावलं मागे जायचा. मी त्याला कारण विचारलं. तो सोनियाकडे पाहत म्हणाला, 'कुणाचाही हात वर झाला की मी सवयीप्रमाणे मागं सरकतो. बाळ आतापासूनच हात वर करतोय.' बाळ गोरंपान असून नाक सोनियासारखं शार्प आहे असं मला वाटलं. नाकाचा शार्पनेस सोनियासारखा असला तरी जिभेचा तिच्यासारखा नसावा, अशी आंतरिक इच्छा अमेयनं बोलून दाखवली.

पहिल्या दिवशी बराच लांबचा प्रवास झाल्यामुळे बाळानं थकून पथारी लावली होती. सिझेरियनमुळे बाळापेक्षा सोनियाचाच चेहरा जास्त रडवेला झाला होता. तिला बराच त्रास होत होता. ती म्हणालीसुद्धा, 'आयुष्यात पूर्वी कधीच असा त्रास झाला नव्हता हो!'

''अगं, पूर्वी असा त्रास कसा होईल? हे पहिलंच बाळंतपण आहे नं तुझं!'' अमेय.

मला दिलीपकुमारच्या 'सगिना' चित्रपटातलं 'साला मैं तो साब बन गया' हे गाणं आठवलं.

साला मैं तो दादा बन गया ।
दादा बनके कैसा तन गया ।।
ये नोक मेरा देखो, ये झोक मेरा देखो, ।
जैसा कव्वा कोई आंगनका ।।

सुषमा म्हणाली, ''आता उकडगावकरांची ही थ्री-जी सुरू झाली.''

या मॉडेलमध्ये जुने दोष जाऊन उकडगावकरांची सुधारित आवृत्ती आली असली तर किती बरं होईल, अशी आशा सुषमा व सोनियानं व्यक्त केली. सगळ्यांना वाटलं थ्री-जी म्हणजे तिसरी जनरेशन! याचा खरा संदर्भ फक्त मलाच माहीत होता. माझ्या नावाला जी जोडण्याचं खरं कारण वेगळंच आहे. शाळेत मला प्रश्न विचारताना सर म्हणायचे, नंदकुमारजी, सांगा बरं उत्तर! तेव्हा त्यांना अभिप्रेत असलेला जी (G) चा अर्थ 'गाढव' असायचा. चारचौघात वावरताना कुणाला न समजता मला फटकारा मारता यावा यासाठी माझ्या नावाला हा आदरार्थी 'जी' जोडला जायचा. असा 'जी'चा अर्थ सुषमाला माझ्या सवंगड्यांनी सांगितलेला असणार, असा मी अंदाज व्यक्त केला. तेव्हाचा तिचा शेरा : 'सवंगड्यांनी कशाला सांगायला पाहिजे? मी ओळखत नाही का तुम्हाला एवढ्या दिवसांपासून?' तिच्या म्हणण्याप्रमाणे, मी एक नंबरचा जी, अमेय दोन नंबरचा जी असून व बाळाचा जी मध्ये तिसरा क्रमांक लागतो.

ती बालरोगतज्ज्ञ असल्यानं तिचे अनुभव सांगत होती. मुलांपेक्षा मुलींची वाढ झपाट्यानं होते. मान धरणं, बोलणं, चालणं या सुधारणा त्यांच्या मुलांपेक्षा लवकर होतात.

मुली लवकर त्यांची मान धरू शकतात, हे तमाम उपस्थित पुरुषमंडळींनी कबूल केलं. बोलण्यामध्ये मुलींची बरोबरी पुरुष आधी व पुढे कधीच करू शकत नाहीत, हे सत्य सगळ्यांना परिचित होतंच. त्यांच्या पायात चालण्यासाठी लहानपणी लवकर येणारी शक्ती, पुढे दुसऱ्या कामासाठी वापरली जाते, या बाबतीतही एकमत झालं.

बाळ बरंच रडत होतं. अमेय म्हणाला, ''बाबा शिमगा आधीच सुरू झाल्यासारखं वाटतंय.''

म्हटलं, ''अरे, यंदा गणपती लवकर आलाय असं म्हण, किंवा दिवाळीचा दिवा आधीच लागलाय, असं समज.''

माझ्या सवंगड्यांना ही बातमी कळवली. त्यांचं म्हणणं पडलं की मी आमच्या ग्रुपमधला सर्वांत तरुण आजोबा आहे. तसा आमच्यातला एकमेव पणजोबा कमलू आहे. एकदा आमच्या गोवा सहलीला यायला हे पणजोबा महत्प्रयासानं राजी झाले, तेव्हा आम्ही सगळ्यांनी घोषणा केली, 'पणजोबा निघाले पणजीकडे!' पण वयोमानामुळे पणजोबांचं 'पणजी'तलं स्वारस्य कमी झाल्यानं त्यांनी ऐन वेळी नकारघंटा वाजवली व दुकानावर बसायला कुणी नसल्याचं कारण सांगितलं. पण 'तुला पणतू आले असूनही दुकानावर का जातोस तू अजून?' आमचा वेडा सवाल.

एक मित्र म्हणाला, "नातवांना अंगाखांद्यावर खेळवण्यात वेगळीच मजा असते बघ!"

त्यावर म्हटलं, "त्यांना खांद्यावर खेळवलं नाही तर आपली मुलंही आपल्याला खांद्यावर बोळवणार नाहीत."

मला अभिनंदनाचे बरेच मेसेज आले. त्यांतलाच एक

Congratulations on arrival of ur grand female child.

मी त्याला लगेच कळवलं— 'अरे, मला नाही मुलाला अपत्य झालंय व मुलगी नाही मुलगा झालाय.'

माझा भाचा तेजस रात्री भेटायला आला. तो सायकियाट्रिस्ट आहे. आल्या आल्या डायरेक्ट सोनियाकडेच गेला. मी म्हटलं, 'अरे, पेशंटला नंतर भेट, आधी बाळ तर बघ!'

बाळाच्या उजव्या पायावर सोनियाचं नाव व जन्मतारीख लिहिली होती. बाळांची आदलाबदल होऊ नये म्हणून ही काळजी घेतली जाते. अमेय, 'सोनिया, तुझ्यासाठी हा पाय आतापासून राखून ठेवलाय बघ! पण तुला दुसऱ्या पायापासून व दोन्ही हातांपासून जास्त जपून राहावं लागेल.'

आजच्या परिस्थितीत सुषमाचा डबल रोल फारच महत्त्वाचा आहे. ती बालरोगतज्ज्ञ आहे व आता आजीही झाली आहे. तशी तिला विविध रोल करण्याची सवय आहेच. बाहेर जॉब करून त्यापेक्षाही अवघड घराचा डोलारा तिने व्यवस्थित पेलला आहे. तिने गार्डियन व रिंगमास्टर या दोन्ही भूमिका यशस्वीपणे पार पाडल्या आहेत. ती मुलांची गार्डियन होती. आता रिंगमास्टर कुणाची होती, हे सुज्ञास सांगणे न लगे.

बाळाची झोपमोड होऊ नये म्हणून तिचा फोन सायलेन्ट मोडवर करण्यास अमेयनं सांगितलं. तिला फोन सायलेंट कसा करायचा हे माहीत नव्हतं. अमेय म्हणाला, 'कमाल आहे, तुला याहून अवघड असं बाबांना सायलेंट करण्याचं ज्ञान आहे, तर हे सोपं काम तुला कसं जमत नाही?'

डिलिव्हरीनंतर तेथील व्यवस्थापक फेरी मारण्यासाठी आले. तेव्हा मी तिथं होतो. त्यांनी एकदा बाळाकडे पाहिलं व म्हणाले,

"बाळ खूपच देखणं आहे." नंतर माझ्याकडे पाहिलं व नर्सकडे वळून त्यांनी विचारलं, "हे बाळ यांचंच आहे का ते चेक केलंय ना?"

इतिहासातल्या मोठमोठ्या व्यक्तींचे जन्म विचित्र परिस्थितीत झाले आहेत. श्रीकृष्ण तुरुंगात जन्मला, येशू गोठ्यात प्रकट झाला. मी म्हटलं, मी मोठा झालो नाही त्याचं कारण मला आता कळलं.

अमेय : मोठे नाही कसे, तुम्ही तर आता सत्तरीत पोचताय की!

सुषमा : अरे त्यांना अजून पंचविशीतच असल्यासारखं वाटतंय.

सोनिया व बाळाचं घरी जंगी स्वागत झालं. निरांजन व भाकरीचा तुकडा स्वागताला तयार होते. खोलीतल्या भिंतीवर वेलकम होम अक्षरं झळकत होती. सगळीकडे खेळणी मांडून ठेवली होती. एक टेडी बेयर व बंदर (खेळण्यातलं बरं का!) सुद्धा हजर होतं.

नॉर्वेला 'कन्ट्री ऑफ मिडनाइट सन' असं म्हणतात, तसं सध्या आमच्या घराला हाउस ऑफ मिडनाइट सन म्हणता येईल. दिवसभर झोपून रोज रात्री दुग्धपान करून कोजागरी साजरी करायची, असा कार्यक्रम चालू आहे. रोज रात्री बाराला आई व आजीच्या झोपेचे बारा वाजवायचे, असा चंग बाळानं बांधला आहे. पूर्वी मुलांना अभ्यासासाठी रात्रीचा दिवस करा म्हणून सांगणाऱ्या आजीनं नातवाच्या 'रात्रीचा दिवस करण्याच्या' किमयेपुढे हात टेकले आहेत. सध्यातरी आई व आजी कंपनीची बाळ रोज नाना तऱ्हेनं परीक्षा घेत आहे. त्याच्या परीक्षेत त्या अव्वल क्रमांकावर पास होत आहेत. आणखी काही दिवस पास झाले की चिरंजीवच म्हणतील 'रात्र झाली सोएंगे यार!'

◆

‘दोन’ लग्नांची एकच गोष्ट

मित्रांनो, आमचं चौकोनी कुटुंब. तीन कोन डॉक्टर आहेत व एक इंजिनिअर आहे. अशात दोन्ही मुलांच्या विवाहामुळे चौकोनाचा षट्कोन झालाय. हे दोन कोन कोण आहेत त्याबद्दल छोटासा लेख.

अमेय हे आमचं ज्येष्ठ प्रॉडक्ट. सॉफ्टवेअरमध्ये अमेरिकेत एम.एस. केल्यामुळे त्याची ब्रँड व्हॅल्यू वाढली होती. परत आल्यावर त्याला खपवण्यासाठी (दोन्ही अर्थांनी) आम्ही तयारी सुरू केली. लग्नाच्या मार्केटमध्ये त्याचा परिचय करून दिला. वधू-वर सूचक मंडळात नाव नोंदवलं. अमेयला सगळ्याच मुली चांगल्या वाटत. अविवाहित असल्यानं त्याचा चांगुलपणावरचा विश्वास अजून टिकून होता. नेटवर सर्फिंग करताकरता तो डोंबिवलीच्या सोनियाच्या नेटमध्ये (जाळ्यामध्ये) सापडला. आम्हाला आतापर्यंत एकच डोंबिवली फास्ट माहीत होती. नंतर आम्हाला डोंबिवलीच्या आणखी एका सुपरफास्टची ओळख पटली. आमच्या आईला ही बातमी सांगितली. तिला थोडं ऐकण्यास कमी येतं. तिने विचारलं, ‘डोंबल्याची बायको आहे होय अमेयची!’ अमेयला सोनिया आवडली कारण त्याला ती मनमोहक वाटली; पण सोनियाला अमेय आवडला तो बहुतेक मनमोहन वाटला म्हणून. अशा तऱ्हेने दिल्लीसारखी सोनिया - मनमोहन जोडी इथं पण जमली. ती जैन धर्मीय असल्यानं किडामुंगीलाही त्रास देत नसणार, अशी अमेयची अटकळ. त्यामुळे आपला सेफ्टी फॅक्टर खूप मोठा राहील असा अमेयने बहुतेक आडाखा बांधला असावा. तिच्या आईचे उद्गार ‘सोनियाशी लग्नास अमेय तयार झाला म्हणजे

आम्हाला 'महावीर'च भेटला म्हणायचा बाई!' लग्नानंतर दोन दिवस अमेयकडे राहून आल्यावर माझीही अमेय शूर व महावीर असल्याबद्दल पूर्णपणे खात्री पटली. तेव्हा दिल्लीत सोनियाचं राज होतं. नंतर आमच्या गल्लीपर्यंत सोनिया राज सुरू झालं. लग्नापूर्वी तिचा किंगफिशर मध्ये जॉब होता. तिच्या हिशेबातील विशेष गतिमुळेच विजय मल्ल्याची अधोगती झाली. त्याचं दिवाळं निघण्याचं हे सर्वांत महत्त्वाचं कारण अजूनपर्यंत गुलदस्तातच राहिलं आहे.

मी पहिल्याच भेटीत तिला विचारलं, "तू नॉनव्हेज खातेस का?" तिनं नकारार्थी उत्तर दिलं. म्हटलं, "असं कसं? कमीत कमी भेजा तर खात असशीलच ना?" तेव्हा तिच्या बाबांनी पण मला मांसाहाराबद्दल विचारलं. म्हटलं, "मी डॉक्टर असल्यानं माणसंसुद्धा खातो."

त्यांनी विचारलं, "तुमच्याकडे शोफर driven कार असेल ना?"

म्हटलं, "नाही हो, पण माझ्या बायकोकडे मात्र शोहर driven कार आहे."

दोन्ही बाजूंनी या संबंधावर शिक्कामोर्तब झाल्यावर आमचे श्वशुर श्री. बेलसरेंनी विचारलं, "बोलाचाली केव्हा करायची?"

मी म्हटलं, "आमच्यामध्ये बोलाचाली लग्नानंतर काही दिवसांनी सुरू होण्याची प्रथा आहे! ती पती-पत्नीमध्ये होते व अतिशय जोरदार असते. त्याबद्दल सविस्तर माहिती आमचे शेजारीसुद्धा देऊ शकतील!"

लग्नानिमित्त घराला रंगरंगोटी सुरू झाली. मारुतीच्या शेपटागत रंगाचा खर्च वाढतच गेला. उत्तम रंगामुळे घर झगमगू लागलं. पण रंगाचं अव्वाच्या सव्वा बिल पाहून माझ्या चेहऱ्याचा रंगच पालटला. रंगाऱ्यानं संपूर्ण घराला छान रंग लावला; पण मला मात्र सपशेल चुना लावून मोकळा झाला.

लग्नाच्या खरेदीसाठी सुषमा व मी बाजारात गेलो होतो. नाईक भेटला. मी विचारलं, "अरे, एकटाच आलास का रे?"

"नाही, नोकराला घेऊन आलोय." मागं दोन्ही हातात पिशव्यांचं ओझं घेऊन सेवक उभा होता. माझ्या हातातील पिशव्यांकडे पाहून नाईक म्हणाला, "वहिनीसुद्धा नोकराबरोबरच आलेल्या दिसताहेत."

साखरपुड्याच्या वेळी गुरुजींनी सोनियाची पूजा करताना मला हात जोडायला सांगितलं, तेव्हाच माझ्या मनात विचार आला ही भावी आयुष्यातल्या घटनांची नांदीच दिसतीये. मी गुरुजींना म्हणालोसुद्धा, "तिच्यापुढे हात जोडायला आत्तापासूनच का सांगता? पुढे तर जोडायचेच आहेत." गुरुजींच्या सांगण्यावरून तिच्या कपाळावर लक्ष्मी म्हणून रुपया चिकटवला. तेव्हा अमेयची कमेंट- 'तुझ्या किमतीचं लेबल लावलंय बघ बाबांनी कपाळावर!'

लग्नाची कापड खरेदी पुण्यात केली. अमेयला बऱ्याच प्रचलित बाबी आवडत

नाहीत. त्यातल्याच शेरवानी व टोपी या गोष्टी! आम्ही खूप आग्रह केला. शेवटी सोनियानं मोलाचा सल्ला दिला, 'अरे, अंदरसे काही असो कमीत कमी बाहरसे शेरवानी तरी घालावीच लागते.' तिचा शाही टोपी घालण्याचा आग्रह मात्र त्यानं साफ धुडकावून लावला. अमेयनं निक्षून बजावलं,

''बघ हं सोनिया, मला टोपी घालण्याचा आग्रह व प्रयत्नही करू नकोस! तसं केलंस तर मी तुला गळ्यात 'चपलाहार' घालण्याचा आग्रह करेन!''

त्यानं शाही जोड्यांच्या-मोजडीच्या- खरेदीला पण नकार दिला. कुणाचं लक्ष नाही हे पाहून त्यानं हळूच हातावर जोडे मारून पाहिलेले माझ्या नजरेतून सुटले नाही. तेव्हा मला अमेयच्या 'prevention is better than cure' या तत्त्वाचं स्वानुभवावरून कौतुक वाटलं!

मला अमेयच्या लग्नात 'सूट' शिवायचा होता; पण सगळ्यांचं म्हणणं पडलं की मला 'सूट' अजिबात 'सुट' होत नाही. हे ऐकून माझ्या चेहऱ्यावर झालेले रंगबदल तेथील 'सूट' (soot- काजळी) मुळे कुणाच्या लक्षात आले नाहीत. सुषमा म्हणाली, 'अहो, 'सुटा'ऐवजी 'सुट'सुटीत झब्बा-पायजमा घ्या.' मी म्हटलं, 'माझी 'सुटा 'ची इच्छा न विचारात घेताच बोलत 'सुट'लात.' पण माझ्या ठाम निर्णयामुळे सर्वांच्या लक्षात आलं की आता 'सूट' घेतल्यावाचून आपली 'सुट'का नाही. मी दुकानदाराला 'सुटा'च्या किमतीवर 'सूट' मागितली तेव्हा तो म्हणाला, 'सुट' युवरसेल्फ. पुढे लग्नात मित्रांची कमेंट, तू चांगला 'सुट'लेला दिसतोयस. म्हणजे चांगला सूट घातलेला दिसतोयस. पुढं 'सूट' खराब निघाल्यानं मी दुकानदारावर लॉ 'सूट' फाइल करण्याचा विचार करत होतो. त्यासाठी 'सुटे'बल वकिलाच्या शोधात आहे. तर अशी आहे आमची 'सूट'केस कहाणी!

लग्नप्रसंगी बॅगेत अमेयचा शर्ट चुरगाळला गेला होता. मी म्हटलं, ''तात्पुरता माझा शर्ट घाल की.''

अमेय, ''पण बाबा, अशा प्रसंगी सुखी माणसाचा सदरा घालावा असं म्हणतात ना?'' अमेयची शंका समर्पक आहे हे मला पटलं.

लग्नामध्ये माझ्या सर्व नातेवाइकांना व मित्रांना मी फेटे बांधले होते. कुणीतरी गमतीने म्हणालंसुद्धा, 'तू एकजात सगळ्यांना फेटाळलंस बघ!' माझ्या न्यायमूर्ती मेव्हण्याला मी म्हणालो, ''तू कोर्टात लोकांची अपिलं फेटाळतोस, इथं आम्ही तुला फेटाळलंय.''

लग्नात होम चालू असताना अमेयच्या पाठीवर माशी बसली. निष्का, माझी अमेरिकेतली पुतणी अनघा, हिची चार वर्षांची मुलगी. निष्काच्या दृष्टीस हे पडल्यावर ती जवळच पडलेली वहाण उगारून माशी मारायला धावली. अनघानं तिला वेळीच अडवलं म्हणून बरं झालं, नाहीतर अग्निपूजेला बसलेल्या अमेयचीच पाद्यपूजा झाली

असती. अमेयवर वहाण उगारून कुणी धावून जाण्याची या घटनेपासूनच सुरुवात झाली म्हणा ना!

लग्न लागल्यावर दोघं जोडीनं पाया पडू लागले, तेव्हा आमच्या आजीनं पायातल्या चपला काढल्या. सोनियाला आपले रिवाज माहीत नसल्यानं ती एकदम भेदरलीच! अमेयनं कारण सांगितल्यावर कुठं तिचा जीव भांड्यात पडला.

लग्नानंतर आमच्याकडे 'सोनिया' चे दिवस आले. काही वर्षांनंतर सोनियाला दिवस गेले. अमेयच्या सहवासात ती एवढी रमली की 'दिवस कसे गेले' हे तिला कळलंच नाही. स्त्रीरोगतज्ज्ञांनी सुषमाजवळ ते गुपित उघड केलं. मग हिनं मोठ्या स्टाइलनं बातमी फोडली, 'ए सून, सुन! सूनही तू माँ बननेवाली है.'

नंतर तिला उलट्या सुरू झाल्या. इतके दिवस तिला फक्त 'चोराच्या उलट्याच' (अमेयच्या) माहीत होत्या. तिला डॉक्टरांनी सोनोग्राफी करायचा सल्ला दिला. आतापर्यंत तिला फक्त अमेयची 'सुनो'ग्राफी माहीत होती. सोनुल्याची माहिती सांगणारी तपासणी म्हणून तिला सोनुग्राफी म्हणत असावेत, असा महत्त्वाचा निष्कर्ष सोनियानं काढला. तिची सोनोग्राफी झाल्यावर दोघं उत्साहानं सांगत होते. बाळाचे इवलेसे हात-पाय दिसले. अमेय-"हात मला अगदी सोनियासारखे वाटले." सोनिया-"पण पाय तर अमेयसारखे दिसले." म्हटलं 'दोघांना परस्परांच्या हातापायांची चांगलीच ओळख झालेली दिसतीये.' सोनिया डॉक्टरांकडे जाऊन आल्यावर सांगत होती- डॉक्टर म्हणाले, 'बाळाचं सगळं अगदी नॉर्मल आहे.'

म्हटलं, "अगं मग तुझ्यासारखं काहीच नाहीये का?"

मुलगा आहे की मुलगी यावर वाद चालला होता. अनुभवी सुषमानं विचारलं, "बाळाच्या लाथा हळुवार आहेत की जोरदार आहेत?"

सोनिया म्हणाली, "फारच जबरदस्त आहेत."

सुषमानं तिचा निष्कर्ष जाहीर केला, 'मग मुलगीच असेल.' बाळाचे पाय पाळण्यात म्हणतात तसं, 'मुलीचे पाय गर्भापासूनच जाणवतात' अशी म्हण पडायला हवी. मला व अमेयला हा निष्कर्ष तंतोतंत पटला. आम्ही रिवाजाप्रमाणे पाचव्या महिन्यात पुण्याला खण घेऊन गेलो तेव्हाची गंमत. म्हटलं 'सोनिया, तुला खऽऽण द्यायचाय खऽऽण!' ती घाबरलीच!! तिला अशा खणाखणीची माहितीच नव्हती.

सहा महिन्यांनंतर तिचं हिमोग्लोबिन कमी असल्याचं तपासणीत लक्षात आलं. तिच्या शरीरातील लोह कमी झालंय हे अमेयलाच सर्वप्रथम जाणवलं व त्यानं पाठ चोळत चोळतच हे अनुमान जाहीर केलं होतं

सोनियाला खाण्याचे डोहाळे लागले होते तर सुषमाला तिचं डोहाळजेवण थाटात करण्याचे डोहाळे लागले होते. सोनियाच्या आईला तिचं कौतुक पाहण्याचे

डोहाळे लागले होते. या सर्वांसाठी भरपूर खर्च येईल असं मला अपेक्षित असल्यानं मला हे भिकेचे डोहाळे वाटत होते. सोनियानं नाव घेतलं- सासरे प्रेमळ व सासूबाई हौशी, अमेयचं नाव घेते डोहाळजेवणाच्या दिवशी

तेव्हापासून सुषमाचं नाव पडलं हौसाबाई प्रेमचंद डोहाळे! लवकरच सातवा कोन कोण आहे हे कळेल.

अजेय आमचं शेंडेफळ. तो एम.डी. झाल्यावर सगळे त्याला म्हणायला लागले, "तू बाबांपेक्षाही हुशार आहेस हं!" तो चांगलाच हुरळून गेला. शेवटी मी त्याला सांगितलं, 'अरे, सगळे मलाही शहाणा म्हणायचे. आता तू माझ्याहीपेक्षा शहाणा म्हणजे दीडशहाणा आहेस असं त्यांना म्हणायचंय!' त्याला आधीपासून गीताची (गाण्याची) आवड. त्यातच त्याला गीतांची आवड असलेली गीता आवडली. तिनं पहिल्याच भेटीत तिच्या गाण्यानं आम्हाला जिंकलं. सुषमा म्हणाली, "गीताचा काय आवाज आहे!"

"आज आमच्यापुढे गायली गीता!" असं सांगताना तिचा '---पुढे गायली गीता' म्हटल्यासारखा टोन होता.

तिच्या बाबांनी गीताबद्दल तीन गोष्टी प्रामुख्याने सांगितल्या- ती दातांची डॉक्टर आहे, तिला संगीताची आवड आहे व तिला पेट्सची अतिशय आवड आहे. बहुतेक शेवटची बाब अजेयच्या पथ्यावर पडली असावी. गीताच्या पेट लिस्टमध्ये लग्नानंतर अजून एकाची भर पडली. या तिन्ही बाबींवर आम्ही तिच्याशी दिलखुलास चर्चा केली. दातांबद्दल आमच्या ज्या काही शंका होत्या त्या सर्वांचं आम्ही निरसन करून घेतलं.

तुला दात धरता येतो का?
तुला दात खाता येतात का?
तुला अवजारांविना दात काढता येतात का?
दात विचकणे हा काय प्रकार आहे?
दात घशात घालणं तुला जमतं का?
तू कुणाची दातखीळ बसवू शकतेस का?
संगीताबद्दलही आम्हाला शंका होत्याच!
तुला कोणकोणते राग येतात?
तुला तारस्वर जमतो का? तुला आवाज चढवता येतो का?
काळी पाचचं प्रॅक्टिकल येतं का?
"तुला सुरांची जाण आहे पण असुर माहीत आहे का?"

माझ्याकडे दृष्टिक्षेप टाकत हिने प्रश्न केला. तेव्हा मला काळी चार सूर

लावण्याची सुरसुरी आली होती. तोपर्यंत मला सूर कशाशी खातात हे माहीत नव्हतं. मला सूर व खाणे यांचा संबंध असलेला बकासुर हा शब्दच फक्त माहीत होता.

अजेयला पसंती विचारली. त्यानं गीतेवर हात ठेवून पसंती सांगितली. तिच्या हातावरची भाग्य रेषा बघण्यासाठी म्हटलं, 'गीता, जरा हात बघू.' तिला ते ऐकू गेलं नाही. तेव्हा तिच्या बाबांनी तिला परत सांगितलं, 'गीता, तुझा हात दाखव बरं त्यांना!' पुढच्या आपत्तीच्या कल्पनेनं आमची पाचावर धारण बसली. तिनं सपशेल नकार दिला. म्हणाली, "आईनं बजावलंय, आता लग्न होईपर्यंत कुणालाही हात दाखवू नकोस.' मग आम्हीही आमची हातघाई (हात पाहण्याची घाई) पुढील हातघाईच्या भीतीनं सोडून दिली. लग्नानंतर तिनं बहुतेक अजेयला हात दाखवलाच असेल. आम्हाला मात्र तिची हस्तकला व हातोटी यांचं प्रात्यक्षिक अजून पाहायला मिळालं नाही.

गीताची आई, दुसऱ्या आजीची बहीण व आणखी एक नातेवाईक शहाणे आडनावाचे होते. तुमचे नातेवाईक बरेच 'शहाणे' दिसताहेत. मग आमच्यासारख्यांशी तुम्ही का संबंध जोडताय?

गीताचे बाबा- डॉ. कार्यकर्ते, म्हणाले, 'सर, अजेयच्या बाबतीत तुम्ही जे उत्तर दिलंत तेच याचं उत्तर आहे.' (तुम्ही जास्त शहाणे आहात!)

माझ्या आईला ही बातमी व कार्यकर्तेंबद्दल सांगितलं. तिनं विचारलं, "हे कार्यकर्ते कशाचे डॉक्टर आहेत?"

"मायक्रोबायॉलॉजी." तिला समजणार नाही म्हणून सोप्या भाषेत सांगितलं, "जंतूंचे."

यावर तिची प्रतिक्रिया, "अगं बाई, जंतू पण आजारी पडतात वाटतं!"

साखरपुड्याच्या वेळी गीताच्या आजी म्हणाल्या, "हिला लवकर तुमच्याकडे घेऊन जा हो!"

ते ऐकून मी म्हटलं, "बाप रे आजी, एवढी त्रासदायक आहे का ही? तुम्ही आम्हाला घाबरवताय बरं!"

लग्नानिमित्त घरात डागडुजी केल्यानं घरात व बाहेर खूप कचरा साचला होता. सुषमा कामानिमित्त बाहेर गेली होती. तिला सोडायला मित्र घरी आला असता त्याला बाहेरील कचऱ्याचा ढीग दिसला. तो म्हणाला, "वहिनी, केवढा हा कचऱ्याचा ढीग!"

सुषमा म्हणाली, "अहो, यापेक्षा जास्त कचरा घरात आहे."

तेवढ्यात दार उघडून मी घराबाहेर आलो!

मित्राला सुषमाचं म्हणणं पटलं.

लग्नाचा दिवस जवळ येत होता तसा अजेयला व आम्हाला घाम फुटायला सुरुवात झाली. त्याचं मुख्य कारण लग्नाची मे महिन्यातील तारीख हे होतं, कृपया गैरसमज नसावा.

सीमांतपूजनाच्या रात्रीची गंमत! घरून एक चमकीनं व मोत्यांनी मढवलेला नारळ कार्यालयात न्यायला विसरलो म्हणून तेजसला घरी पाठवलं.

त्याला काय आणायचं ते नक्की न कळल्यानं त्यानं देवासकट देवप्रतिष्ठेचं सूपच उचलून आणलं. आम्हाला द्रोणागिरी उचलून आणणाऱ्या हनुमानाचीच आठवण आली.

अजेयला सगळे सोपस्कार यथासांग करून घ्यायची मोठी हौस! लग्नात बँडचा आग्रह त्याचाच. त्यामुळे या लग्नात दोन बँड वाजले. पहिला नेहमीचा लग्नातला बँड कार्यालयात वाजला व दुसरा अजेयचा बँड लग्नानंतर घरात वाजला! दुसरा बँड कुणाला ऐकू आला नाही; पण त्याचा परिणाम अजेयच्या चेहऱ्यावर स्पष्ट दिसून आला.

विहिणीच्या पंगतीत गीताला म्हटलं, ''दे त्याच्या तोंडात आता... घास!'' बरं झालं घास शब्द ऐकेपर्यंत ती थांबली. नाहीतर तिने वेगळाच अर्थ काढला असता व अनर्थ ओढवला असता. गीता चांगली समजदार वाटली. एरवी दुसऱ्या कुणी हिंदीतला घास(गवत) भरवला असता! जेवताना तिनं अर्धीच पोळी मागितली. सुषमा म्हणाली ''का गं, पूर्ण घे ना!'' तेव्हा माझं भाष्य, ''तिला अर्धवट गोष्टीच जास्त आवडतात असं दिसतंय.'' माझा बघण्याचा रोख अजेयकडे होता.

लग्नामध्ये खूप दंतवैद्य आले होते. बऱ्याच मोठ्या दंतपंगतीचा आम्हाला लाभ होतोय म्हटल्यावर बऱ्याच दंतपंक्ती दिसल्या. पंगतीत श्लोकसुद्धा झाला, 'वदनी कवळी येता नाम घ्या श्रीहरीचे । दंत हरण होते नाव घेता गीताचे ।।'

तिला एम.डी.एस. ला नागपूरला ॲडमिशन मिळाली. स्पेशलायझेशनचा विषय आहे ओरल पॅथॉलॉजी. मी घाबरलोच. कारण ओरल फिजिऑलॉजी म्हणजे नॉर्मल बोलणं. मग ओरल पॅथॉलॉजी म्हणजे शिवीगाळच असणार, अशी माझी समजूत होती. त्यात ती विशेष प्रावीण्य मिळवेल याबद्दल मला तिळमात्र शंका नव्हती. व मध्ये सुटीत औरंगाबादला आल्यावर 'तुझं पीजी कसं चाललंय? काय काय शिकलीस' असं विचारण्याची माझी बिलकूल हिंमत झाली नाही.

मागील शनिवारी नागपूरला हवामानाचा अंदाज होता, 'थंडरस्टॉर्म.' पण नेहमीप्रमाणं हवामानखात्याचा अंदाज चुकला. तिथं ते स्टॉर्म न होता औरंगाबादला झालं. कारण गीता औरंगाबादला आली होती! अजेयनं हवामान खात्याच्या नजरेस त्यांच्या चुकीचं कारण आणून दिलं. नंतर हवामान खात्यानं गुगलवरून तिची लोकेशन बघूनच अंदाज वर्तवण्यास सुरुवात केली आणि काय आश्चर्य! विजांचा

कडकडाट, ढगांचा गडगडाट व अतिवृष्टी कुठे होणार याबाबतचे अंदाज शंभर टक्के बरोबर येऊ लागले. गीतानंसुद्धा हवामान खात्याला सहकार्य करून अजेयबाबत वेळोवेळी माहिती पुरवायला सुरुवात केली. त्यामुळे तापमानाचे अंदाज, धूमकेतू अवतीर्ण होण्याची वेळ व ठिकाण, शनीचा फेरा व साडेसातीचा कालावधी... बाबतचे अंदाज अचूक ठरू लागले आहेत.

गीताच्या बाबांचा परवा फोन आला होता. मी विचारलं, "अकोल्याला गर्मी कशी आहे?"

म्हणाले, "इथं खूपच तापमान आहे. आमचं घर तर खूपच गरम आहे."

म्हटलं, "अहो, सर्वांच्याच घरातलं वातावरण तप्त असतं. मी घरातलं नाही बाहेरचं तापमान विचारतोय!"

सध्या अजेय 'गीतारहस्य' या ग्रंथाचं पारायण करत आहे व त्याचा अर्थ जाणून घ्यायचा प्रयत्न करतो आहे. पेपरांमधली कोडी सोडवण्याचा त्यानं सपाटा लावलाय. पण अजून त्याला हे नवीन कोडं काही सुटलं नाही. या कोड्यापुढे त्यानं हार कबूल केली. किंबहुना मीच त्याला प्रयत्न सोडून देण्याचा सल्ला दिला, शेवटी अनुभवाला तोड नसते!

या दोघांनी 'गृह'स्थाश्रमी प्रवेश करताना नि 'ग्रह'पूर्वक चांगल्या 'गृह'कृत्यदक्ष 'गृह'मंत्र्यांची निवड केल्यामुळे छान 'गृह'शांती लाभेल, असा माझा 'ग्रह' होता. पण विवाहानंतर दोघांनाही 'मेरे सपनोकी रानी क्यूं आ गयी तू' अशा ओळी गुणगुणताना मी ऐकलं आहे. तिकडे दोघी सुना 'आने से तेरे जाये बहार' असं म्हणून उसासे टाकत आहेत व हे गाणं त्यांना सासूबाईंनी शिकवलं, अशी मल्लिनाथी करत आहेत. सुषमाला स्पष्टीकरण विचारल्यावर ती 'क्यूं की सास भी कभी बहू थी' असं सांगून मोकळी होत आहे.

मी गाण्याचा जाणकार होतोय. मला राग ओळखू येतोय. सुरावट लक्षात येत आहे. आवाजातील चढउतार समजू लागले आहेत.

अशा रीतीनं आम्ही सोनिया व गीता दोघींना सूनवलं- सून करून घेतलं. दोन गौरींची आमच्या घरी प्रतिष्ठापना झाली. काही दिवसांनी कदाचित त्यांचं 'महा'लक्ष्म्यांमध्ये रूपांतर होईल. पण 'गौरी झाली दुर्गा' हा प्रकार होऊ नये म्हणजे मिळवली.

◆

त्रैवार्षिक दिवाळी

लहानपणी माझी दिवाळी वर्षातून तीन वेळा व्हायची. मुहूर्त असायचा तिमाही, सहामाही व वार्षिक परीक्षेच्या निकालांचा. निकालापूर्वी परीक्षेत पास झाल्याचं मला स्वप्न पडायचं. त्याला सर 'दिवा'स्वप्न म्हणायचे. मी प्रत्येक वेळी परीक्षेत खूप दिवे लावल्यानं माझी दिवाळीच साजरी व्हायची. माझ्या कर्तृत्वामुळे शिमगाही जोडीला यायचा. माझे मार्क पाहून बाबा मला दिवटा म्हणायचे. माझ्या दिव्यत्वाचा सरांना पेपरमध्ये साक्षात्कार व्हायचा. माझ्या देदीप्यमान प्रतिभेनं सर दिपून जायचे. परीक्षेत 'दीपावली' वर निबंधाची सुरुवात मी अशी केली होती—

'दीपा'वली आली,

मी पुसलं, 'दीपा, कामुन वली झाली?' (यावरच्या सरांच्या प्रतिक्रियेमुळे मी वला झालो.)

माय म्हनाली, 'पणती आण.' मी पण'ती' आणली.

माय म्हनली, 'फटाकड्या आन.' मी 'फटाकडी' घेऊन गेलो.

माय म्हनली, 'खूप दिवे लाव.' मी परीक्षेत दिवे लावले.

माय म्हनली, 'ॲटम बॉंब आन.' मी शाळेतला आयटम बॉंब घेऊन गेलो.

मी— 'आज हाये नं माय गुढीपाडवा?'

माय— 'गुढी पाडवा न्हवं गाढवा, आज हाये धनपाडवा.

'माय, आज दिवाळी हाय, आपल्याकडे आज गोड जेवन असंल न्हवं?'

मायनं जेवणासाठी माझी चांगलीच कणीक तिंबली.

'माय, मला पुरी खायाची हाय.'

'थांब मेल्या, तुला हानायची मही विच्छा पुरी करू दे.'
'आये, मह्याकरता शेव करतीस का?'
'जाय मेल्या न्हाव्याच्या दुकानात, चांगली गुळगुळीत 'शेव' करन त्यो!'
माय कावून कावली ह्ये मला अजूक समजलं नाय!

परीक्षेत मी लावलेल्या अशा दिव्यांमुळे मला अनेक दिव्यांमधून जावं लागायचं. परीक्षेतील कर्तृत्वामुळे 'तू छान उजेड पाडलास' असं सर म्हणायचे. ते एवढ्या जोरानं पाठीवर शाबासकी द्यायचे, की माझ्या डोळ्यांसमोर ताऱ्यांची आतषबाजी व्हायची व त्यांचाच उजेड पडायचा. सर म्हणायचेसुद्धा, आज तुझी दिवाळी आहे. घरी गेल्यावर चांगलेच फटाके उडणार. तुला या दिवाळीत चौदाव्या रत्नाचा हार बक्षीस मिळणार, हे नक्की! तुझ्या बाबांच्या तोंडातून फटाक्यांच्या लडी बाहेर पडतील. तुझ्या गालांना स्पर्श करण्याची त्यांना सुरसुरी येईल. तू आयटम असल्यानं 'आयटम बोंब'चे कर्कश आवाज तुझ्या तोंडातून निघतील. तुला जमीनचक्र म्हणजे काय हे कळेल, जमिनीवर पडल्यावर चक्कर येईल. तुझे बाबा फटाक्यातल्या सापासारखा फुसफुसाट करतील. तुझा आपटबारही होईल. एकूण काय, की इस फटाके की वजह से तू कपडे फटाके आयेगा.

निकालानंतरच्या या सर्व घटनांमुळे मला नरकप्रवेश केल्यासारखं वाटायचं व नरकचतुर्दशी आल्यासारखं वाटायचं. परीक्षेत माझा बळी पडायचा म्हणून बलिप्रतिपदा साजरी झाल्यासारखं वाटायचं. 'दिवे ओवाळा याच्या अभ्यासापुढे', असं सारखं म्हणून सगळे माझ्या चेहऱ्याभोवती हातानं औक्षण करायचे, तेव्हा ओवाळणीचा कार्यक्रम झाल्यासारखा वाटायचा. या दिवाळीतले खास माझ्यासाठी राखीव असलेले मुख्य खाद्य पदार्थ म्हणजे चापटपोळ्या व धम्मकलाडू असायचे. माझ्या परीक्षेतील कामगिरीतले दिवे आकाशकंदिलांसारखे सर्वत्र टांगले जायचे.

माझा वार्षिक परीक्षेतील 'वात' या विषयावरील निबंध असाच गाजला होता.

वातांचे अनेक प्रकार आहेत. या सर्व वातांमध्ये एक गोष्ट समान आहे. ती म्हणजे जबरदस्त ऊर्जा निर्माणक्षमता.

कंदिलाची वात— हिची ज्योत विझू नये म्हणून भोवती काचेचं आवरण असतं, त्यास वातावरण म्हणतात. हे वातावरण जास्त गरम झाल्यास काच तडकते व काडकन आवाज येतो. तसंच माझ्या टीचरचं आहे. माझ्या वातामुळे ते गरम होऊन तडकतात. होणाऱ्या ऊर्जानिर्मितीतून त्यांच्या हाताला चालना मिळते व काड्कन आवाज येतो. काड्कन कशाचा आवाज येतो, हे सुज्ञास सांगणे न लगे!

अंगात शिरणारा वात- दुसऱ्या वाताची निर्मितीसुद्धा मी सरांना दिलेल्या वातामधूनच होते. हा वात त्यांच्या अंगात शिरतो तो नंतर एकतर त्यांच्या मुखावाटे

बाहेर पडतो किंवा या वाताच्या ऊर्जेमुळे सरांच्या पायांना चालना मिळते. सरांच्या पायाची ऊर्जा आम्हाला मैदानास धावत चक्कर मारण्याची चालना देते. यालाच वातचक्र म्हणतात.

आयुर्वेदातला वात- आणखी एक वात आयुर्वेदात असतो. अनेक पेशंटना होणाऱ्या वातामुळे त्यांची प्रकृती खराब होते; पण आमदनीमुळे वैद्यांची तब्येत सुधारते व त्यांच्या चेहऱ्यावर तुकतुकी येते.

डोंगरावरचा वात- आणखी एक डोंगरावर फिरणारा वात असतो. तो पवनचक्की फिरवतो व ऊर्जानिर्मिती करतो. यामुळेसुद्धा दिवे लागतात. तसाच आम्ही दिलेला वात सरांचं विचारचक्र उलट्या दिशेनं फिरवतो व आमच्या नजरेसमोर दिवे चमकवतो.

इंग्रजीतला वात- काही महाभागांचं इंग्रजी वात आणणारं असतं. वाताचं स्पेलिंग vat असं करतात. या मराठी शब्दाचा इंग्रजीत समावेश १९६९ साली झाला म्हणून त्याला Vat 69 असं म्हणतात. त्याचं प्राशन केल्यास मुखातून शाब्दिक ऊर्जा बाहेर पडते.

यंदाच्या दिवाळीत महागाईनं 'वात' आणला आहे. पणतीची 'वात'सुद्धा महाग झाली आहे. 'वाता'वरण आवाजानं व धुरानं खराब होऊ नये म्हणून आवाजी फटाके कमी खपताहेत. 'वात' वाढवणारे (वातुळ) पदार्थ कमी खाण्याचं आहारतज्ज्ञांनी आव्हान केलं आहे. तरीही अंगात 'वात' शिरल्यासारखी लोकांची दिवाळी खरेदी चालूच आहे...

(पेपर वेळेअभावी अपूर्ण)

सरांनी पेपरवर शेरा लिहिला होता—

'दिवा'ना तुझसा नही इस अंबर के नीचे...

◆

सूर्याचं निधन

पहाट झाली. कोंबडा आरवला. पक्ष्यांची किलबिल सुरू झाली. जणू सूर्यदेवाच्या आगमनाची वर्दी देणारे भालदार चोपदारच ललकारी देऊ लागले. 'बा इज्जत बा मुलाहिजा होशियार! राजाधिराज शहेनशाह जहाँपनाह सूर्यदेवजी पधार रहे है!!' पावसाची एक छोटी सर येऊन गेल्यामुळे आभाळ बरंचसं निरभ्र झालं होतं. सौरभ-वसुंधरेच्या विवाहाची तयारी सुरू झाली होती. वसुंधरा मोठ्या उत्कंठेनं सौरभच्या वाटेवर डोळे लावून बसली होती. नवरदेवाच्या वाटेवर गुलाल उधळला गेला.

शांता शेळकेंचं सूर्योदयाचं वर्णन हुबेहूब लागू होत होतं—

निळ्या याच्या महालाला खांब सोनेरी।
मोतियांच्या लावियेल्या आत झालरी।।
केशराचे घातलेले सडे भूवरी ।
त्यावरून येई त्याची डौलाने स्वारी ।।

सूर्याने भरजरी सोनेरी वस्त्र परिधान केलं होतं. किरणांच्या सुवर्णालंकारांनी तो अधिकच देदीप्यमान दिसत होता. सोबत काही ढग वऱ्हाडी म्हणून शोभत होते. त्यांनी रुपेरी काठाची शुभ्र वस्त्रं परिधान केलेली होती. इंद्रधनुष्याचं तोरण आभाळात चमकत होतं. पृथ्वी हिरव्यागार पैठणीनं सजली होती. वेगवेगळ्या आकाराचे दवबिंदू सगळीकडे चमकत होते. जणू पृथ्वी मौक्तिकांची आभूषणंच ल्याली होती. जसजसे सूर्यदेव प्रकट होत होते, तसतशी आभाळात रंगांची आतषबाजी वाढत होती. जणू वसुंधरेच्या गालांचा रक्तिमाच तिथं प्रतिबिंबित होत होता. सगळीकडे मंगल वातावरण निर्माण झालं

होतं. देवळात काकडआरती सुरू झाली. सुवासिनींनी अंगणात सडे घातले. पक्षी मंजुळ आवाजात स्वागतगीत गाऊ लागले. घराघरात घड्याळांच्या गजरांचे चौघडे वाजू लागले. हा सोहळा पाहण्यासाठी वडीलमंडळींनी प्रभातफेरी काढली. हास्यक्लबमध्ये मनसोक्त हसून आनंद व्यक्त केला गेला. पेपरविक्रेत्यांनी पेपर वाटून ही बातमीच जणू सगळीकडे पसरवली. टीव्हीवर व पंचांगातही सूर्यागमनाची वेळ व दिवसभराच्या कार्यक्रमाची रूपरेषा सर्वत्र सांगितली गेली. व्यायामशाळांतून लोकांनी आगमनाप्रीत्यर्थ सूर्यनमस्कार घातले. सैनिकांच्या छावण्यांमधून परेड झाल्या. दूधवाल्यांनी घरोघरी दुग्धप्रसादाचं वाटप केलं. अनेक घरांसमोर पारिजातकांनी नाजूक फुलांचे गालिचे अंथरले. हवेच्या मंद झुळकेने फुलांचा सुवास सर्वत्र पसरवला. झाडांनी हळूच माना डोलवून चवऱ्या ढाळण्यास प्रारंभ केला. जनावरांनी गळ्यातील घंटा वाजवून आनंद व्यक्त केला. घराघरांपुढे कवडशांची रांगोळी काढण्यात आली. निरभ्र आभाळात पूर्वेला हळूहळू मशाल पेटू लागली. देवळात घंटानाद सुरू झाले. मोठ्या डौलाने सूर्याची स्वारी सिंहासनावर विराजमान झाली. नभोमंडलात सोनेरी रंगांची उधळण झाल्याने आगळीच शोभा आली होती. या अवर्णनीय सुवर्णमंदिरात सूर्यदेव स्थानापन्न झाले.

विवाहघटिका भरत आली. मध्येच एका ढगाआड सूर्य लपला. तेव्हा जणू आंतरपाटच धरला गेला. पक्ष्यांनी मंजूळ आवाजात मंगलाष्टकास सुरुवात केली. विविध ठिकाणी वेगवेगळ्या स्वरूपात मंगलाष्टकं म्हटली जाऊ लागली. घराघरात स्तोत्र व देवळात मंत्रोच्चार सुरू झाले. घाटाघाटांवर पुरोहित अर्घ्य देऊन शुभाशीर्वाद देऊ लागले. आरत्या ओवाळून देवाची प्रार्थना केली गेली. शाळांमध्येही प्रार्थना म्हटल्या गेल्या. सर्वत्र मंगल वातावरण पसरलं. प्रत्येकाच्या घरात जेवणाच्या पंक्ती उठल्या.

पण हे वातावरण फार थोडा वेळ टिकलं. काही वेळानंतर वातावरण बदलण्यास सुरुवात झाली. सूर्याला ताप येऊ लागला. ऊन तापू लागलं. चटके बसू लागले. सूर्याचा ताप खूपच वाढला. सूर्याच्या तापावर भिंतीवरील थर्मामीटरने लोक लक्ष देऊ लागले. सूर्याचा राजबिंडा चेहरा पांढराफटक पडला. त्याच्या चेहऱ्याकडे कुणाला पाहवेना. सर्वांना काळजी वाटू लागली. लोकांनी काळजी व्यक्त करण्यासाठी काळ्या छत्र्या उघडल्या. सायकलरिक्षांनी आपापले टप उभारून डोक्यावर पदर घेतले. ऑटोरिक्षा सैरावैरा पळू लागल्या. सूर्याचा दाह कमी करण्यासाठी प्रतिकात्मक पंखे, कूलर व वातानुकूलित यंत्रं सुरू केली. लोक लग्नसमारंभासाठी आणलेले बर्फाचे गोळे, उसाचा गार रस, आइस्क्रीम वाया जाऊ नये म्हणून नाइलाजाने खाऊ लागले. दुःख अनावर झाल्यानं लोक घराबाहेर पडेनात. रस्ते निर्मनुष्य झाले. सूर्याच्या प्रकृतीची विचारपूस करण्यासाठी पालापाचोळ्यानं त्याच्या प्रिय मित्र

वाऱ्याबरोबर आभाळात भरारी मारली व वावटळ निर्माण झाली. सूर्याची खबर घेण्यासाठी नदी, तलाव, समुद्रामधल्या पाण्यानं वाफ बनून आभाळात झेप घेतली.

उष्मा अजूनच वाढला. सायंकाळ होत आली. सूर्याचा ताप एवढा वाढला की त्याचा चेहरा रक्तवर्णी दिसू लागला. त्याला होणाऱ्या त्रासामुळे आभाळ लालबुंद झालं. अश्विनीकुमारानं जणू लाल बावटा उभारून धोक्याचा इशाराच दिला होता. शाळा, ऑफिसेस सोडून देण्यात आली. पक्ष्यांनी कलकलाट करून शोक व्यक्त केला व घोळक्यानं घरट्यांकडे धाव घेतली. जनावरं गोठ्याकडे जाताना हंबरू लागली. पृथ्वीचा चेहरा काळजीनं काळवंडला. ताप कमी व्हावा म्हणून सर्वांनी देवासमोर हात जोडून सांजदिवे लावले. घराघरात लाइट लागले. शहराचे अश्रू रस्त्यावरील दिव्यांच्या रूपानं झगमगू लागले. आपल्या काळजीचं व शोकाचं प्रतीक म्हणून दोन व चार चाकी वाहनांनी हेडलाईट लावले. ज्यांनी असा शोक व्यक्त केला नाही त्यांना पोलिसांनी पकडून उपचाराकरता पैसे गोळा करण्यास सुरुवात केली, तेव्हा मात्र त्यांच्या मालकांच्या चेहऱ्यावर शोक दिसून आला. मुलं 'शुभं करोति कल्याणम्' म्हणून देवासमोर हात जोडू लागली. मंदिरात घंटानाद सुरू झाले.

नंतर सूर्याचा ताप थोडा कमी झाला. पण त्याचा चेहरा काळवंडू लागला. काळजीनं सूर्यफुलांनी माना टाकल्या व त्यांनी रातराणीकडे चार्ज दिला. तिनं आपल्या सुवासानं वातावरणातला ताण कमी करण्याचा प्रयत्न केला. पुष्करणीतील कमळांनी डोळे मिटून घेतले. भ्रमरांनी स्वतःला कमलदलांमध्ये कोंडून घेतलं. सूर्याचा हालहवाल विचारण्यासाठी ढगांनी भाऊगर्दी केली. त्यांची गडबड न आवडून मध्येच एखादे वेळी बिजलीताई प्रकट होऊन त्यांना झापू लागली. तिची चपराक सहन न होऊन ढग मोठ्या आवाजात रुदन करू लागले. धावतपळत येण्याच्या श्रमांनी आणि काळजीनं ते घामाघूम झाले. घामाच्या धारा वाहू लागल्या. त्यांच्या डोळ्यांतले अश्रू भूतलावर पडू लागले व पावसाला सुरुवात झाली. भूतलावरच्या विजेनं काही ठिकाणी दडी मारल्यानं जनरेटरांनी मोठ्ठं भोकाड पसरलं. सूर्यावर अंधाराची काळी चादर पांघरली गेली. पृथ्वीतलावर काळोख पसरला. समुद्राचा चेहरा काळाठिक्कर पडला. वैद्यराज चंद्राला आमंत्रण दिलं गेलं. आकाशाच्या डोळ्यांतले अश्रू चांदण्याच्या स्वरूपात लुकलुकू लागले. चंद्राला सुयश लाभो म्हणून शुभाशीर्वाद देण्यासाठी सप्तर्षी उपस्थित झाले. चांदण्याचा पांढरा शुभ्र एप्रन घालून वैद्यराज चांदोबा आले. त्यांनी अंधाराची चादर हलकेच बाजूस केली. त्याला बघताच सागरास उचंबळून आलं व दुःखाचे कढ लाटांच्या स्वरूपात दिसू लागले. वारा काही न सुचल्यानं सैरावैरा पळू लागला.

तोपर्यंत सूर्यदेव अंतर्धान पावले होते. ही बातमी समजताच लोकांना दुःखानं

मूर्च्छा आली व सर्व जग निद्रिस्त झालं. शर्विलकांची अति दुःखामुळे झोप उडाली. लोकांना दुःखाचा व संपत्तीचा दुहेरी भार सहन करावा लागू नये या सदिच्छेपायी आहेरासाठी आणलेले दागिने, पैसे आपल्या ताब्यात घेण्यासाठी त्यांनी ओव्हरटाइम काम सुरू केलं. दुःखाच्या भरात भावनातिरेकानं कुठं अनुचित प्रकार घडू नये म्हणून पोलिसांची गस्तिपथकं फिरू लागली. सकाळी नवे सूर्यदेव आभाळाच्या निळ्या सिंहासनावर आरूढ होणार होते! हळूहळू झुंजूमुंजू झालं!

नवसूर्याच्या आगमनाबरोबरच आदल्या दिवशीच्या नाट्याची पुनरावृत्ती सुरू झाली.

पहाटेच्या धूसर प्रकाशात दूरवर फेकलेला चंद्राचा अपेशी स्टेथोस्कोप इंद्रधनुष्यासारखा चकाकत होता!

◆

दोन खटल्यांचा खटला

माझ्याकडे विद्या आहे व प्रतिभाही आहे. या दोघीही माझ्याकडे गुण्यागोविंदाने नांदतात व सरस्वती माझ्या घरी पाणी भरत असते, अशी माझ्या एका चाहत्याने माझी तारीफ केली. नंतर या प्रतिक्रियेला वर्तमानपत्रात प्रसिद्धी मिळाली.

एका जज्जसाहेबांना ती बातमी वाचून द्विभार्याप्रतिबंधक कायदा आठवला! त्यांनी माझ्याविरुद्ध पी आय एल (पब्लिक इंटरेस्ट लिटिगेशन) करण्याचा आदेश दिला. त्यांचा हेतू बहुतेक स्वतःची सामाजिक बांधिलकी दाखवण्याचा असावा. त्यांचं समन्स घेऊन पोलिस माझ्याकडे आला, 'आपण आपल्या विद्ये व प्रतिभेसमवेत हरितालिकेच्या दिवशी कोर्टात सकाळी अकरा वाजता हजर राहावे.'

मी हजर झाल्यावर माझ्यावरचं आरोपपत्र वाचण्यात आलं,

'द्विभार्याप्रतिबंधक कायद्यानुसार तुम्ही गुन्हा केलेला आहे. विद्या व प्रतिभांना तुम्ही एकत्र नांदवण्याचा प्रमाद केला आहे. घरातल्या दोन खटल्यांमुळे तुमच्यावर खटला भरण्यात येत आहे. शिवाय सरस्वतीलाही आपण 'कामा'साठी वेठीस धरलं आहे. समाजाची आजची परिस्थिती पाहता व स्त्रियांचं घटलेलं प्रमाण लक्षात घेता, त्यांचा आजमितीला तुटवडा आहे. त्यामुळे तुमच्यावर साठेबाजीच्या गुन्ह्याचंही कलम लावण्यात येईल. दोघीही भार्या नसतील किंवा एकच भार्या असेल तरी दोघींबरोबर आपण राहणे, हा गुन्हा ठरतो. तसंच सरस्वतीला घरी पाणी भरण्याच्या क्षुल्लक कामाला लावून वेठबिगारी कायद्याचंही आपण उल्लंघन केलं आहे.'

माझा वकील : मिलॉर्ड, विद्या, प्रतिभा

व सरस्वती यापूर्वी कधीच कोर्टाची पायरी चढलेल्या नाहीत, त्यामुळे त्यांना इथे उपस्थित राहण्यापासून कृपया सूट देण्यात यावी.

कोर्ट : ठीक आहे. पण आता त्या आल्या नाहीत तर पुढे कधीही त्यांनी इथे उपस्थित राहू नये. विद्या व प्रतिभांनी इथे भविष्यात कधीही पाऊल टाकू नये, असा मी आदेश देत आहे. त्यांच्या अस्तित्वाची परत कधी इथे चाहूल जरी लागली तरी तो कोर्टाचा उपमर्द समजला जाईल.

तेव्हापासून विद्या, प्रतिभा व सरस्वती हे त्रिकूट कोर्ट परिसरात कधी दिसलंच नाही.

मी : मिलॉर्ड, यात माझा काहीही दोष नाही. जर कुणाचा दोष असेल तर तो माझ्या पूज्य शिक्षकांचा. त्यांच्या प्रोत्साहनामुळेच मी विद्येच्या मागे लागलो व त्यांनीच मला प्रतिभा मिळवण्यासाठी भरीसही घातलं.

फिर्यादी वकील : ''विद्येला तुम्ही प्रथम केव्हा भेटला?''

मी : ''तशी लहानपणापासूनच मला विद्या आवडत होती.''

वकील : ''तुमच्या आईवडिलांना हे माहीत होतं का?''

मी : ''मी विद्या हस्तगत करावी ही कल्पना त्यांचीच.''

वकील : ''विद्येला तुमच्याजवळच्या प्रतिभेबाबत कल्पना होती का?''

मी : ''तिच्यामुळेच माझ्याजवळ प्रतिभा आली.''

वकील : ''म्हणजे प्रतिभेला फूस लावून तुमच्याकडे आणण्यात विद्येचा हात होता तर!''

मी : ''अहो प्रतिभेलासुद्धा विद्या खूप आवडते. त्यांचे एकमेकांशी अगदी घनिष्ठ संबंध आहेत.''

वकील : ''दोन स्त्रियांमधल्या इतक्या घनिष्ठ संबंधास भारतीय संस्कृतीत व दंडविधानात परवानगी नाही. मिलॉर्ड, आपल्या नजरेस मी ही बाब आणू इच्छितो.''

जज्ज : ''या मुद्द्याची नोंद घेतली जावी.''

वकील : ''दोघींचा एकमेकींशी कधी संघर्ष झाला का?''

मी : ''नाही मिलॉर्ड, उलट दोघींनी मिळून माझ्या घरी सरस्वतीलाही पाणी भरण्यासाठी आमंत्रण दिलंय!''

वकील : ''मोठंच कारस्थानी दिसतंय हे त्रिकूट!''

मी : ''महाराज, या तिघी मिळून भविष्यात लक्ष्मीलाही माझ्याकडे राहायला आणण्याचं कारस्थान रचतायत.''

फिर्यादी वकील : ''मिलॉर्ड, साक्षीदार म्हणून मी आरोपीच्या शेजारी राहणाऱ्या डॉक्टरांची साक्ष काढू इच्छितो.''

डॉक्टर : ''मी शपथपूर्वक सांगतो की आरोपीच्या घरात विद्या व प्रतिभा

नांदतात, हे मी माझ्या डोळ्यांनी पाहिलं आहे!''

फिर्यादी वकील : ''मिलॉर्ड, आरोपीने स्वमुखाने आपल्यावरील आरोपांची कबुली दिली आहे. तेव्हा त्यांना जास्तीत जास्त शिक्षा मिळावी, अशी प्रार्थना मी करतो.''

माझा वकील : ''माझ्या अशिलाचीही खूप शिक्षा (शिक्षण) मिळावी अशीच इच्छा आहे. व यापुढेही ते या दोघींच्या मागे लागू इच्छितात.

निकाल—

'तिन्ही बायकांची समाजात इज्जत राहावी म्हणून व त्यांचा हा पहिलाच गुन्हा असल्याने त्यांना बाइज्जत माफ केलं जावं. दोन्ही बाजूच्या वकिलांचं अशिलाला शिक्षा मिळण्याबाबत एकमत असल्याचं दिसत आहे. अशिलानं तिघींबरोबर राहण्याची शिक्षा आधीच भोगलेली असल्यानं व ती देय सजेपेक्षा खूपच जास्त असल्यामुळे, आरोपीला रिलीफ देण्याची आवश्यकता वाटते. म्हणून उर्वरित आयुष्य त्यांना त्यांची इच्छा असल्यास एकटं घालवण्याची कोर्ट परवानगी देत आहे. त्यांना कुणाबरोबर राहायचं आहे, हे त्यांनीच ठरवावं. तसंच या तिघींनी (विद्या, प्रतिभा व सरस्वती) परत कधीही एकाच घरी एकत्र येण्याचा गुन्हा करू नये, याबद्दल पोलिस खात्यानंही अशा गुन्ह्याबद्दल विशेष जागरूक राहायला हवं.'

पोलिस : ''मिलॉर्ड, लक्ष्मी आमच्या पाहण्यात आहे; पण विद्या, प्रतिभा व सरस्वती यांना आम्ही आजतागायत पाहिलंच नाही व त्यांना ओळखूही शकणार नाही. त्यामुळे या तिघी एकत्र आल्याचं आमच्या सहसा लक्षातच येत नाही. तरी जनतेनं आमच्या नजरेस ते आणून देण्यासाठी कृपया सहकार्य करावं. यापुढे अशी अभद्र युती आमच्या नजरेस पडल्यास आम्ही ताबडतोब त्यांना पिटाळून लावू.''

डॉक्टर - ''मिलॉर्ड, यांची विद्या खूप जुनी झाली असल्यानं व तिला प्रतिभेशिवाय राहणं शक्य होणार नसल्यानं त्या दोघीही त्यांना लवकरच सोडून जातील, असा माझा ठाम विश्वास आहे. असं न घडल्यास आपण ठोठावलेल्या शिक्षेची तंतोतंत अंमलबजावणी करण्याची म्हणजे विद्या, प्रतिभा व सरस्वती नक्की यांना सोडून जातील यासाठी संपूर्ण व यशस्वी प्रयत्न करण्याची हमी मी आपल्यास देतो.''

जज्ज (मनातल्या मनात),

'गुन्हेगाराला आम्ही शासनाच्या वतीने शासन करत असू. इतके दिवस शिक्षेचा अंमल करण्यासाठी पोलिस व जल्लाद शासनाच्या सेवेत असत. आता डॉक्टरांचा त्यांच्यात समावेश करण्याची शिफारस करावी लागेल!'

अशा तऱ्हेने कोर्टाच्या आदेशानं विद्या, प्रतिभा व सरस्वती लपूनछपून आजतागायत अज्ञातवासात राहत आहेत व लक्ष्मी मात्र उजळ माथ्यानं सर्वत्र संचार करत आहे!

◆

देव-दानव टी-ट्वेन्टी सामना

देव व दानव यांच्यात टी-ट्वेन्टी क्रिकेट सामना ठरला. मॅचचं ठिकाण होतं स्वर्गातील रामलीला मैदान. दानवांना नरक सोडण्यासाठी यमराजांनी खास पासपोर्ट मंजूर केले. ब्रह्मदेवांनी स्वर्गप्रवेशासाठी पाच दिवसांचा सिंगल एंट्री व्हिसा देण्याचं फर्मान काढलं. पृथ्वीतलावरून इच्छुक मानवांना स्वर्गप्रवेशाचे पास देण्याचे अधिकार डॉक्टरांना देण्यात आले होते. देवांचे कर्णधार रामचंद्र व दानवांचे रावण होते. देव संघात हनुमान, इंद्र, दत्त, श्रीकृष्ण, भीम, महादेव, सरस्वती, लक्ष्मी, दुर्गादेवी यांची टीम होती. देवांकडून लंबोदर यष्टीरक्षक होते. दानवसंघात वाली, कुंभकर्ण, कंस, दुर्योधन, बकासुर, नरकासुर, बाणासुर, जरासंध, यमराज व शिशुपाल होते. अंपायर म्हणून धर्मराज व भीष्म यांची नियुक्ती झाली होती. संजय कॉमेंट्री करणार होता. 'थर्ड' अंपायर म्हणून अश्वत्थाम्याची नियुक्ती ओघाने आलीच होती.

देवांचे कोच द्रोणाचार्य तर दानवांचे शुक्राचार्य होते. फिजिओ म्हणून अश्विनीकुमारांची नियुक्ती झाली होती. चित्रगुप्त स्कोअरर राहणार होता. सामनाधिकारी ब्रह्मदेव होते. नारदाकडे प्रसिद्धी यंत्रणेची जबाबदारी होती. ते बातम्या व टीव्ही कव्हरेज करणार होते. देवांतर्फे चिअर गर्ल्स म्हणून रंभा, मेनका, ऊर्वशी, अप्सरा जबाबदारी संभाळणार होत्या. दानवांतर्फे ही कामगिरी शूर्पणखा, हिडिंबा व पुतना मावशी यांच्यावर सोपविली होती. 'छक्के' मारल्यावर नाचण्यासाठी तृतीय पंथीयांची खास टीम तैनात केली होती. संगीत व वाद्य यांची कामगिरी गंधर्व व तुंबरूवर सोपविली होती.

जिंकणाऱ्या संघाला पृथ्वीतलावर दहा दिवस फेरफटका मारून येण्यासाठी परतीचं तिकीट मिळणार होतं.

स्वर्गाच्या प्रवेशद्वारावर इमिग्रेशन क्लिअरन्ससाठी रांग लागली होती. दानव आपापल्या रथांवर स्वार होऊन रांगेत उभे होते. यमराज रेड्यावर बसून नंबर लागण्याची प्रतीक्षा करत होते. वॉशरूमला जायचं असूनही ते रेड्याला क्षणभरही अंतर देण्यास तयार नव्हते. कारण दूरवर त्यांना बकासुर दिसत होता. वाली झाडावर शेपटीने लोंबकळून झोके घेत होता. रावणाला क्लिअरन्ससाठी सर्वांत जास्त वेळ लागला, त्याचं कारण म्हणजे त्याची दहा तोंडं फोटोशी ताडून पाहण्यासाठी लागणारा वेळ. बरं प्रत्येक तोंडावरचे हावभाव वेगळे होते. एका चेहऱ्यावर मिस्कील हास्य, तर बाजूच्यावर विलक्षण गंभीर छटा, एकावर हासू तर दुसऱ्यावर आंसू, एकाला दाढी व जटा, तर दुसऱ्यात डोक्याचा चक्क गोटा! त्यामुळे जागेवरून उठून फोटोचा अल्बम हातात घेऊन रावणाभोवती संपूर्ण फेरी मारावी लागे. रावणाला तिथं बोलताना त्याची नऊ तोंडं म्यूट करण्याचे आदेश देण्यात आले होते. त्याच्या कटिंग व दाढीसाठी दहा वारकांचा चमू बरोबर होता. तो रोज प्रत्येकी एक तास कार्यरत असायचा. त्याच्या प्रत्येक डोळ्याचा चश्म्याचा नंबर वेगळा होता. त्याला तपासायला डोळ्यांचे दहा डॉक्टर एकदमच भिडत असत. त्याच्या तीस चश्म्यांसाठी —लांबच्या व जवळच्या दृष्टीसाठी वेगळे दहा दहा चश्मे व दहा गॉगल्स— एक वेगळी बशीफकेस होती. एकदा रावणाला डिप्लोपिया नावाचा आजार(एकाच्या दोन प्रतिमा दिसणे) झाला होता. वीस डोळ्यांमुळे त्याला एकदम एकाच्या वीस प्रतिमा दिसायला लागल्या. या आजारादरम्यान एका कन्येने दिलेली हजार रुपये दक्षिणा त्याला तीस हजार वाटली. स्वारीने प्रसन्न होऊन तिला आशीर्वाद दिला, 'हे उपवर कन्यके, तुला चांगला वर मिळो व तो केव्हाही वर स्वर्गात येणार नाही, असा मी तुला वर देतो.'

रावणाच्या प्रवेशास लागणाऱ्या अवधीमुळे मागे उभा असलेला कुंभकर्ण घोरायला लागला. त्याला जागं करण्यासाठी ढोलताशे, नगारे, तोफांचे आवाज यासारखे उपाय शोधावे लागले. शेवटी ढगांना पाचारण केल्यावर कुठं त्याने डोळे किलकिले केले. बाकीची मंडळी पटापट आत प्रवेश करती झाली. शूर्पणखेचं अप्रतिम सौंदर्य पाहून बाणासुर, नरकासुर, भस्मासुरसुद्धा मूर्च्छित झाले, पाऊस पडू नये म्हणून वरुणराजाला खास साकडं घातलं होतं. अति श्रमांमुळे देवांची दमछाक होऊ नये म्हणून धावाधाव करताना त्यांची रजिस्टर्ड वाहने वापरण्याची मुभा दिली होती. म्हणून इंद्राचा ऐरावत, सरस्वतीचा मोर, गजाननाचा मूषक, दुर्गेचा व्याघ्र, दत्ताची गाय, महादेवाचा नंदी, विष्णूचा गरुड इ. मंडळी देवांतर्फे मैदानावर दिसणार होती. फलंदाजीच्या वेळी धावा काढताना व क्षेत्ररक्षणाचे चेंडू आणताना त्यांचा

उपयोग होणार होता. देवांना आपापल्या खास अस्त्रांचा सामन्यात वापर करण्याची मुभा देण्यात आली होती. कृष्णाचं सुदर्शनचक्र, रामाचे बाण, शंकराचे त्रिशूळ, भीमाची गदा आदींच्या वापरास परवानगी दिली होती. अपील करण्यासाठी रावणास दाही हातांचा व तोंडांचा वापर करता येणार होता. यमाने दानव संघमित्रांना वाहन म्हणून रेडे पुरवले होते (बकासुराला सोडून!) ॲम्बुलन्स म्हणून पुष्पक विमानांचा ताफा जय्यत तयार होता.

अमृताचे 'लिमिटेड लाइफ' सीलबंद पॅक्स स्टॉलवर उपलब्ध होते. 'लिमिटेड लाइफ' नसते तर अमृत प्राशनाने अमर होऊन दानवांनी व मर्त्य मानवांनी सगळीकडे हैदोस घातला असता. दानवांच्या विनंतीवरून खास तेवढ्या दिवसांपुरती मदिरा आणण्याची व मदिरापान करण्याची परवानगी देण्याचा फतवा इंद्रदेवाने काढला होता.

हनुमान जिम, दुःशासन वस्त्रालय, बकासुर भोजनालय, अश्विनीकुमार रुग्णालय, वरुण शुद्ध जल प्याऊ, शकुनीमामा कसिनो, धृतराष्ट्र ऑप्टिशियन्स, शूर्पणखा ब्यूटी पार्लर, शबरी खानावळ, परीट अयोध्यानगरवाले, गंधर्व गायन वर्ग, तुंबरू वादन केंद्र आदी पाट्या मैदानाच्या मार्गावर झळकत होत्या.

अश्विनीकुमार रुग्णालयातील चित्र वेगळंच होतं. सर्व खेळाडूंना तंदुरुस्त करण्याची त्यांची जबाबदारी होती. शूर्पणखा तिचं कापलेलं नाक घेऊन डॉ. अश्विनीकुमाराला प्लॅस्टिक सर्जरीसाठी गळ घालत होती. पण डॉक्टर शिरच्छेद झालेल्या शिशुपालावर ऑपरेशन करण्यात बिझी होते. तिथं एका अजब प्राण्याचं दर्शन झालं. त्याला माणसाचं डोकं व हत्तीचं शरीर होतं. अधिक चौकशी करता असं समजलं की गणपतीचं ओरिजनल डोकं महादेवानं कापलेल्या हत्तीला लावण्यात आलं होतं. बाणासुराच्या कापलेल्या हातांचा ढीग जवळच पडलेला होता. जखमी जटायूवर एका कक्षात उपचार चालू होते. कुब्जेवर पाठीच्या कण्याची शस्त्रक्रिया चालू होती. जनमेजय राजावर सर्पदंशावरचे उपचार चालू होते. धृतराष्ट्राच्या डोळ्यांवरील उपचाराला यश मिळेल, अशी आशा वाटत होती.

शेवटी एकदाचा सामन्याचा दिवस उजाडला. निरभ्र आभाळात हंस विहार करत होते. इंद्रधनुष्याची कमान सर्वांच्या स्वागतासाठी उभारली होती. सूर्यदेव डोळ्यांवर ढगांचा काळा चश्मा लावून बसले असल्यानं सर्वत्र सुखद गारवा होता. विस्तीर्ण स्वच्छ रस्त्यांच्या दुतर्फा कल्पवृक्षांवर विविध रंगांची फुलं शोभायमान झाली होती. हरणांचे कळप मध्येच चौखूर धावताना दिसत होते. त्यांना बहुतेक रावणाच्या आगमनाची चाहूल लागली असावी. शुभ्र ससे ठिकठिकाणी उड्या मारून आनंद व्यक्त करत होते. हंसांचे थवे आभाळात स्वैरपणे विहार करत होते. फांद्यांवरून चिमुकल्या खारी लगबगीने धावत होत्या. रामाकडून परत एकदा पाठ थोपटून

घ्यायचा त्यांचा इरादा असावा.

देवमंडळी केव्हाच शामियान्यात स्थानापन्न झाली होती. कृष्णाच्या सोळा सहस्त्र पत्नींसाठी खास वेगळा तंबू होता. रुक्मिणी, सत्यभामा, द्रौपदी, सीता आवर्जून आल्या होत्या. द्रौपदी नेहमीपेक्षा चांगलीच फुगलेली दिसत होती. तिनं याचं रहस्य सांगितलं- इथं दुःशासनभावजी येणार असल्यानं चार साड्या जास्तीच्या नेसून जा, असं कृष्णदादानं सांगितलं आहे! धृतराष्ट्र, पांडुराज, वसुदेव, दशरथ, अंजनी आपापल्या पुत्रांचं कौतुक पाहण्यास सहकुटुंब हजर होते. दानव महिलांसाठी त्यांच्या आकाराचे तंबू उपलब्ध नसल्यानं खुल्या जागेत गालिचे टाकले होते. प्रेक्षकांमध्ये स्वर्ग, नरक व मर्त्य असे तीन विभाग होते. त्यांच्यात सरमिसळ होऊ नये म्हणून बारकोडिंग असलेल्या पासांनीच प्रवेशद्वार उघडण्याचा बंदोबस्त केला होता. फेरीवाल्यांचा कोलाहल चालू होता. स्वर्गप्रेक्षकांमध्ये वेगवेगळ्या स्वादाचे दुग्धप्याले व अमृतकुप्या विकणारे फेरीवाले होते. नरकप्रेक्षकांमध्ये मदिरा व सामिष पदार्थ विकणाऱ्यांची धावपळ सुरू होती. कुणा भक्तानं धावा केल्यास मदतीला जावं लागू नये म्हणून सर्व देवांनी आपापले मोबाइल बंद ठेवले होते.

राम-रावण नाणेफेकीसाठी मैदानात उतरले. कुबेरानं एक खास नाणं बनवलं होतं. त्यावर मंदोदरी व सीतेच्या प्रतिमा होत्या. नाणं हवेत उडवल्यावर रावणाचा बदला घेण्यासाठी रामानं मंदोदरी मागितली व मोठ्या अपेक्षेनं नाण्याकडे वाकून पाहिलं, तो त्याला सीतेचा चेहरा दिसला. कमीत कमी नाणेफेकीत तरी सीतेचा कौल आपल्या बाजूनं लागला म्हणून रावण जाम खूश झाला व त्यानं फलंदाजी मागितली.

आकाशवाणीवर सामन्याचं धावतं वर्णन सुरू झालं.

रामसेना क्षेत्ररक्षणास उतरली. देवांनी पायात चामड्याचे बूट घालण्यास सपशेल नकार दिला. सर्वांनी पीतांबर परिधान केलं होतं. देवांचा लोगो 'कल्पवृक्ष' होता, तर दानवांचा 'उकळत्या तेलाची कढई' होता. शंकर मात्र वल्कलानिशीच उतरले होते. लंबोदरानं यष्टीरक्षकाची जागा घेतली. थर्ड स्लीपपासून लेग स्लीपपर्यंत तुंदिल तनूमुळे क्षेत्ररक्षणाची एक भिंतच तयार झाली!

लेगला हनुमान, राम, दत्त, शंकर सीमारेषेजवळ उभे होते. ऑफला श्रीकृष्ण, भीम, इंद्र होते. सरस्वती, लक्ष्मी व दुर्गा आतल्या वर्तुळात सज्ज होत्या. प्रत्येकाजवळ त्यांचं वाहन पार्क केलं होतं. आघाडीला बकासुर व नरकासुर आले. अक्राळविक्राळ देहयष्टी व उंची असलेले हे फलंदाज धडकी भरवणारे होते.

रामानं बाणासारखा नेम धरून गोलंदाजी सुरू केली. पहिला चेंडू वाइड पडला व लेग स्लीपच्या दिशेनं गेला. तो गजाननाच्या शरीरयष्टीमुळे अडला. दुसऱ्या चेंडूला ऑफला सणसणीत चौकार बसला. चिअरगर्ल शूर्पणखेनं नृत्य करून

स्टेजचा चुराडा केला. पुतना व हिडिंबानं आपल्या सौंदर्यानं प्रेक्षकांना मूर्च्छित केलं. या प्रकाराची पुनरावृत्ती होऊ नये म्हणून त्यांना बुरखे घालून जमिनीवरच नर्तन करण्याचे आदेश देण्यात आले. ऑफला रामाची गोलंदाजी फोडली जाऊ लागली. ऑफचे क्षेत्ररक्षक चपळ नसल्याने हनुमान ऑफ झाला व संतापला. तो लेगला टोलवलेले चेंडू लांब उडी घेऊन अडवायचा. ऑफ साइडला उडी पोचत नसल्याने रामाने शक्कल लढवली. चेंडू सीमेजवळ जाण्याआधी राम बाणांची भिंत तयार करायचा व अडलेला चेंडू गरुड झेप घेऊन रामाला आणून द्यायचा. बकासुर व नरकासुर अवाढव्य उंचीचे असल्याने फक्त क्रिजबाहेर येऊन विरुद्ध क्रिजमध्ये हात लांब करून बॅट टेकवायचे. त्यामुळे न पळताच भराभर रन वाढत जायच्या. हात लांब असल्याने रामाच्या हातून बॉल सुटल्याबरोबर नरकासुर टोलवायचा. अशा तऱ्हेने प्रत्येक बॉल फुलटॉस व्हायचा व क्षेत्ररक्षकाच्या डोक्यावरून पडायचा. देव रडकुंडीला आले. रामाचे बाण संपले असल्याने परत चौकार जाऊ लागले. श्रीकृष्णाने युक्ती लढवली. सुदर्शन चक्राच्या वाऱ्याने टोलवलेले सर्व चेंडू हनुमानाच्या दिशेने वळवले जाऊ लागले किंवा लंबोदराच्या शरीराला भिडू लागले. देवांना व्यायामाची फारशी सवय नसल्याने त्यांची पळताना दमछाक होऊ लागली. मग एकदा चेंडू अडवला गेला की उंदीरमामा, गरुड, नंदी वा वाघोबा आपापल्या मालकांकडे आणून द्यायचे. पण रन आउट होणं शक्यच नव्हतं. धावाधावी न जमल्याने धावा वाढू नये म्हणून देवांनी एकमेकांचा धावा करण्यास सुरुवात केली. मधल्या चहापानाच्या ब्रेकमध्ये देवांनी आपसात चर्चा करून शक्कल लढविली. अप्सरांना साइट स्क्रिन समोर आणणे, सुदर्शनाच्या वाऱ्याने बॅटचीच दिशा बदलणे, चेंडू लांब टाकून वाइड असल्याचा दानवांमध्ये संभ्रम निर्माण करणे व ऐन वेळी सुदर्शनवाऱ्याने चेंडू यष्टीवर धडकावणे. फलंदाजाच्या बॅटपासून चेंडू निघाला की सोंड लांब करून झेल घेणे. हनुमानाने शेपूट लांब करून मैदानावर चेंडू अडवण्यासाठी भिंत तयार केली. हनुमान उडी मारून बॅटजवळच चेंडू अडवायला लागला. उंच उड्या मारून सिक्सरचं झेलमध्ये रूपांतर करू लागला. या सगळ्या डावपेचांपुढे दानव हतबल झाले व एकोणीस षटकातच २०१६ धावांवर त्यांचा डाव आटोपला.

जेवणाच्या सुटीत सर्वांसाठी खास व्यवस्था असलेलं उपहारगृह उभारलं होतं. रावणासाठी सर्व बाजूंनी गोल टेबल व मध्ये रावणाची बसण्याची व्यवस्था होती. म्हणजे सर्व दाही तोंडांनी मान न वळवता जेवता येत होतं. बकासुरासाठी खास गाडाभर अन्न व जवळच एका पुष्ट रेड्याची सोय केली होती. शूर्पणखेसाठी एक खास प्रसाधनगृह होतं. लंबोदरासाठी मोदकांचा स्टॉल व मूषकासाठी जवळच लाडवांची राशी होती. शंकरासाठी समुद्रच आणून ठेवला होता व विषाचे सिलबंद पॅक ठेवले होते. हनुमानासाठी झाडावर बसून फळफळावळ खाण्याची व्यवस्था

होती. विष्णूसाठी पुरण व गरुडासाठी खास चायनीज जेवण-साप, गांडुळं व बेडूक-ठेवले होते. कृष्णासाठी दूध व लोण्याचं खास काउंटर होतं.

इंद्र सहस्त्र डोळ्यांवर चश्मा चढवून जातीनं देखरेख करत होता. ऐरावत केळींचे घडचे घड फस्त करत होता. नंदीसाठी खास लालूप्रसाद चारा आणवला होता. व्याघशची व बकासुराची नजर रेड्यांवर होती. यमराजाच्या भीतीनं त्यांनी आपापल्या जिभेवर ताबा ठेवला होता. तेवढ्यात तिथं दोन रेड्यांची आपसात जुंपली. एक रेडा यमाचा होता तर दुसरा ज्ञानेश्वराचा! कुणाचा मालक श्रेष्ठ हा त्यांच्यातील वादाचा मुद्दा होता. सुरुवातीच्या शाब्दिक चकमकीचं रूपांतर नंतर शारीरिक टकरा टकरीत झालं. ज्ञानेश्वर रेड्यानं वेदांचा आधार घेऊन प्रतिपादन केलं की, ज्ञानाशिवाय जीवन व्यर्थ आहे, तर यम रेडा म्हणायचा जीवन असेल तरच ज्ञान आहे. शेवटी ज्ञानेश्वर भिंतीवर बसून आले व त्यांनी दोघांमध्ये भिंतच उभी केली. ती भिंत अंबुजा सिमेंटने बांधलेली असल्याचं सुज्ञ रेड्यांना माहीत होतं म्हणून त्यांनी टकरा थांबविल्या.

मध्यंतर संपलं. दानव क्षेत्ररक्षणास उतरले. हनुमान व लंबोदर आघाडीचे फलंदाज म्हणून आले. मूषक लंबोदराचा रनर होता. दानवांचे पाय अजस्त्र असल्यानं क्रिजजवळ येऊन बोलिंग केली तर पहिला टप्पा यष्टीरक्षकाच्या मागे, कधीकधी सीमारेषेपलीकडे पडायचा. यामुळे बऱ्याच धावा बाय, वाइड किंवा नो बॉल मिळायच्या. गणेशाच्या तुंदील तनूमुळे पायावर वा पोटावर आपटून लेग बाय भरपूर जमा झाल्या. हनुमान गदेसारखी बॅट फिरवून चौकार, षट्कारांचा पाऊस पाडायचा. दानवांनी पायांनी बॉल अडवला तरी अजस्त्र उंचीमुळे खाली वाकून फेकेपर्यंत चार धावा व्हायच्या. सुरुवातीस धाव घेताना उंदरावर बसून गणेश जायचे. पण गणेशाच्या वजनामुळे उंदीर सावकाश धावायचा व धावा कमी व्हायच्या. मग उंदराला गणेशाचा रनर म्हणून ठेवले तेव्हा धावगती वाढली. शिवाय देवांनी आणखी एक युक्ती केली. रन काढायला सुरुवात झाली की चिअरगर्ल्स रंभा, मेनका व उर्वशी नाचायला लागायच्या. क्षेत्ररक्षणापासून दानवांचं लक्ष विचलित झालं की दुप्पट धावा निघायच्या, झेल सुटायचे व चौकार जायचे. ही जोडी फुटण्याची चिन्हं दिसेनात व धावांचा आकडा फुगत चालला म्हणून दानवांनी कारस्थान रचलं व वरुणास पटवलं. संघप्रवेश न मिळाल्यानं वरुणदेव क्रोधित झालेच होते. त्यांच्या आज्ञेवरून मुसळधार वृष्टी सुरू झाली. सामना वाहून जातो की काय, अशी भीती वाटू लागली. डकवर्थ लुईस न्यायानं मॅच वॉश आउट झाली असती तर दानव रन रेट जास्त असल्यानं जिंकले असते. धो धो पाऊस सुरू झाला. मुसळधार पावसानं मैदानात तलाव झाला. देवांनी विचारविनिमय करून शक्कल लढवली. देवांनी हे आव्हान स्वीकारलं. कृष्णानं गोवर्धन पर्वत आणून मैदानावर छत्र उभं केलं. मैदानावर तुंबलेल्या पाण्याची

विल्हेवाट लावण्यासाठी अगस्ती ऋषींची मदत घेतली गेली. सूर्यदेवाला पाचारण करून मैदान कोरडं करून घेतलं. मैदानात पाणी घुसू नये म्हणून मारुतीरायांनी सर्व बाजूंनी शेपटीची भिंत तयार केली. ऐन वेळी विजेनं दगा दिल्यानं प्रकाशासाठी सूर्य व चंद्र या भावंडांनी जनरेटर सुरू करून सामन्यात खंड पडू दिला नाही...

मॅच परत सुरू झाली. पण देव थकून गेलेले असल्यानं भराभर विकेट पडल्या. व संघ २०१६ वर ऑल आउट झाला. मॅच टाय झाली. मग पाच बाबींवर सामन्याचा निकाल लावावा, असं ठरलं.

१) यमराजाचा रेडा व शंकराचा नंदी यांची शर्यत ही रेड्यानं जिंकली; कारण उघडच होतं, शंकरासमोर बसून बसून नंदीची धावण्याची सवय गेली होती. उलट रेडा रोज असंख्य वेळा पृथ्वी-नरक वाऱ्या करत असे.

स्कोअर

देव	दानव
०	१

२) बाणासुर व अर्जुन यांची नेमबाजी- अर्जुन विनर

स्कोअर

देव	दानव
१	१

३) बकासुर व भीमाची खाण्याची शर्यत- बकासुर विनर

स्कोअर

देव	दानव
१	२

४) हनुमान व दुर्योधन गदायुद्ध- हनुमान विनर

स्कोअर

देव	दानव
२	२

५) शेवटचा चुरशीचा सामना म्हणजे राम व रावण यांचं युद्ध होतं. युद्ध बराच वेळ चाललं. त्यात रामानं रावणाला राम म्हणायला लावलं. रामाच्या बाणांनी त्याची डोकी उडवली. (नंतर अमृत पाजल्यानं रावण परत सजीव झाला.)

स्कोअर

देव	दानव
३	२

देवांनी सामना जिंकला!

सर्वत्र जल्लोश झाला.

ढगांनी टाळ्यांचा कडकडाट केला. आभाळात फटाके वाजू लागले. विजेची माळ मधूनमधून चमकू लागली. चंद्राचं तोरण लावलं गेलं. देवांवर झालेल्या पुष्पवृष्टीतली फुलं चांदण्यांच्या स्वरूपात आभाळात विखुरली गेली.

थकलेल्या देवांनी मैदानावर विजयफेरी मारण्यास सुरुवात केली. उंदरावरून लंबोदर, मोरावरून सरस्वती, गायीवरून श्रीदत्त, नंदीवरून महादेव, गरुडावरून विष्णू, ऐरावतावरून सहस्राक्ष इंद्र, व्याघ्रावर दुर्गा, हनुमान सारथ्य करत असलेल्या रथावरून रामचंद्र व श्रीकृष्णाला रथावर अग्रभागी घेऊन निघालेला अर्जुन अशी मिरवणूक निघाली. प्रेक्षकांनी गुलाल, बेलपत्र, दूर्वा, रंगीबेरंगी फुलं यांचा वर्षाव केला.

शेवटी बक्षीस समारंभ झाला. प्रमुख पाहुणे होते नुकतेच स्वर्गस्थ झालेले व तिथलं कायमचं नागरिकत्व मिळालेले ए. पी. जे. अब्दुल कलाम! कार्यक्रमाचं संचालन नेहमीप्रमाणं रवीकडे होतं (रवी म्हणजे सूर्य, रवी शास्त्री नव्हे).

बक्षिसं पुढीलप्रमाणे वाटण्यात आली—

मॅन ऑफ द मॅच - हनुमान
फलंदाज - लंबोदर
क्षेत्ररक्षक - मूषक
गोलंदाज - राम

पराभूत कप्तानाची - रावणाची टिप्पणी- आज श्रावणी सोमवार असल्याने भगवान शंभू महादेवास शिरकमलं वाहायची होती. हेतुपुरस्सर पराभूत होऊन मला महादेवास जिंकायचं होतं.

विजयी कप्तान राम- शेवटी सट्ट्याऐवजी सत्याचाच विजय झाला!

रामाला बक्षीस म्हणून इंद्रधनुष्य देण्यात आलं. बक्षीस घेते वेळी सीतेची कॉमेंट, ''इंद्रभावजी, परत कोणत्याही स्वयंवरात न वापरण्याच्या अटीवर हे धनुष्य यांना द्या बरं का!''

राम म्हणाला, ''एकदाच वापरून पस्तावलो आहे, परत 'आ बैल मुझे मार कशाला?''

(अर्थात मनातल्या मनात!)

बक्षिसाचं व्हाउचर घेऊन गजाननाची स्वारी दहा दिवसांच्या फेरफटक्यासाठी पृथ्वीतलावर आज येत आहे. नंतर क्रमाक्रमाने महालक्ष्मी, नवरात्रात दुर्गा, दसऱ्याला राम, दिवाळीत नरकासुराला वधणारा श्रीकृष्ण आदी देवमंडळी वर्षभरात पृथ्वीवर येत राहणार आहेत व त्यांच्या आगमनाच्या वेळी त्यांच्या आवडीनुसार पृथ्वीतलावरचे लोक विजयोत्सव साजरा करणार आहेत.

तूर्त विघ्नहर्त्याचं स्वागत असो!
गणपती बाप्पा मोरया!

◆